Ngắn

tản văn

Bác sĩ Huỳnh Wynn Trần

Ngắn

tản văn

UBP
NHÀ XUẤT BẢN LIÊN PHẬT HỘI

MỤC LỤC

PHẦN 1: HỒNG ĐÀO NĂM NGOÁI, NĂM NAY VẪN HỒNG

Sắc Thu 10

Ba nàng Thu 12

Năm mới 14

Mùi hoa bưởi 17

Trái ngọt sau cơn giông 19

Ổi chanh cuối mùa 21

Chấm bông 23

Amsterdam, Hà Lan 25

Michigan: Mưa và mùi cỏ mới 28

Tạm biệt giọng ca *Bông điên điển* 30

Trái vải nước Nam và Dương Quý Phi 32

Hồng đào năm ngoái, năm nay vẫn hồng ... 35

Chờ sung rụng 38

Cánh phượng hồng làm tôi ngẩn ngơ 39

Lần đầu ngủ lại ở biển muối Bạc Liêu 40

Chào buổi sáng Catalina – thiên đường cách
Los Angeles 15 phút..42
Quà sinh nhật muộn: Nửa ngày lênh đênh
trên biển do tàu chết máy..45
Ra biển chiều đông..57
Đợi cửa...59
Dẫn con đi học..61
Bao nhiêu mệt mỏi vừa tan thì..............................64
Món ngon nhất..66
Đậu rồi...69
Suy nghĩ tốt hơn khi đang di chuyển?..................71
Chà là và *Nghìn lẻ một đêm*.................................74
Hàng xóm bên Mỹ...77
Đi trượt tuyết..78
Tuyết California..80
Move to Heaven: Dọn nhà lên thiên đường.......83
Chiếc xe bò tót, 610 mã lực....................................87
Ducati Classic Sport...90
Cảm giác khi bay Boeing 737 MAX.......................92
Trà hoa nữ..97
Hòn đô thị...100
Chủ nhật làm biếng...105

PHẦN 2:
BA ƠI, TUỐT PHÍA BÊN KIA CẦU LÀ GÌ?

Chiếc Honda 67 108

Mưa nắng 111

Cứu công chúa 114

Thay bugi 117

Hoa vú sữa 121

Xoài chín nắng 124

Đời cô Lựu 126

Trứng cá 130

Chè bưởi 133

Bánh tằm khoai mì 138

Chở Tết trên sông 141

Khóm cuối mùa 146

Tiếng cóc rụng 149

Những lần ngủ ngon 152

Ba ơi, ở tuốt bên kia cầu là gì? 157

"Con đường vắng, rì rào cơn mưa nhỏ",
giờ lại càng vắng hơn 160

Lễ Tạ ơn 162

Khế chua khế ngọt 164

Bóng đá nữ 166

Ngày sinh nhật đáng nhớ 168

Mùi máy sấy...171

Nghệ thuật sống 174

Thành phố buồn 177

Tạm biệt Tây Môn Khánh 179

PHẦN 3: "NGHỀ" ĐƯỢC KÍNH TRỌNG NHẤT

Mùa tốt nghiệp 183

Happy National Doctors' Day
– Mừng ngày Bác sĩ Hoa Kỳ 186

Trà sữa 188

Mũi tiêm của hy vọng 191

Đi Cần Thơ: Hội thảo về chữa trị
hậu Covid-19 193

Trả lại danh xưng "Bác sĩ" 195

"Nghề" được kính trọng nhất 201

Chuyên khoa "suy nghĩ nhiều"
và "làm nhiều" 203

Việt Nam có quá ít luật sư? 205

Boston 208

Bệnh vô cảm 212

Quà tặng từ bác sĩ Hải quân..........................215

Bệnh viện Vì Dân..217

Nobel Y Sinh 2021: Vinh danh cảm xúc 221

Tạm biệt những thực tập sinh 224

Los Angeles về đêm 226

Sao nỡ lòng lừa gạt niềm tin mong manh..........227

Chuyện mạo nhận................................230

Lần cuối bác sĩ đi nghỉ dưỡng là khi nào?..........233

Cà phê Houston:
Chút châu Âu giữa lòng Texas....................236

Nhà ở Texas 238

NASA và chuyên khoa Y học Không gian
(Aerospace Medicine)........................... 240

California lại tăng thuế...........................242

Match Day – Niềm vui vỡ òa......................246

Tìm cảm hứng trong viết lách 249

PHẦN 1:

Hồng đào năm ngoái, năm nay vẫn hồng

Sắc Thu

Buổi chiều, đang chạy bộ lòng vòng gần nhà, chân tôi khựng lại vì phía trước, nàng Thu chợt hiện ra trong bộ dạng lộng lẫy.

Một cơn gió nhẹ thổi qua làm vài chiếc lá lả lơi lìa cành. Hai bên đường, hàng cây đã thay màu từ khi nào không hay. Từng mảng vàng cam nổi bật trên khung trời xanh biếc. Phía xa xa là dãy núi Wilson nằm co ro trong nắng chiều.

Có lần, tôi đến nhà người bạn chơi dưới Huntington Harbor ở quận Cam. Anh cứ đon đả rủ tôi dọn nhà xuống vùng này cho đông vui. Tôi đùa là lỡ yêu Los Angeles mất rồi và có lẽ sẽ không dọn đi đâu cả.

Chiều nay, sau một vòng chạy, tôi đứng im trên đường nghe tiếng thu xào xạc, thấy mình càng thêm yêu quý vùng đất này. Tôi thích sự yên tĩnh nơi đây, thích nghe tiếng giày của mình bước trên đường mỗi khi chạy bộ, thích nghe tiếng con béc-giê sủa quen thuộc khi ngang qua nhà hàng xóm, thích ngửi mùi hoa bưởi đầu mùa giờ đã thành từng chùm quả trĩu nặng cả cây.

Ba nàng Thu

Buổi sáng chạy bộ quanh nhà, tôi chợt thấy vài chiếc lá thu còn sót lại trên cành như muốn níu giữ những ngày cuối năm.

Tôi biết mùa thu New York lần đầu qua bộ phim *You've Got Mail* (tựa tiếng Việt: *Bạn có email*) khi thấy Tom Hanks và Meg Ryan gặp nhau dưới tán lá vàng. Khi đến New York, cảnh mùa thu còn đẹp hơn tôi tưởng tượng với bầu trời xanh thẳm vội chuyển sang màu lá phong vàng rực ửng nâu đỏ. Nàng Thu New York nóng bỏng nằm thấp thoáng ẩn mình sau những tòa cao ốc chọc trời, có khi lách người qua những con phố hẹp, có khi lại nằm trải dài phơi phới nhựa sống trên dòng sông Hudson. Ở khu phố Wall, dòng người ken đặc luôn tấp nập hối hả như muốn bỏ quên mùa thu trên cây đang rung rinh trước làn gió nhẹ.

Nàng Thu Michigan thì khác. Nàng mang nét đẹp thôn quê dịu dàng với đôi mắt buồn long lanh biết nói. Vào thu, nàng tĩnh lặng đến mức khiến tôi sợ chỉ cần bước trên đám lá vàng khô dọc bờ hồ Ottawa trong vắt cũng có thể làm nàng thức giấc. Trên mặt hồ, có cơn gió khẽ đung đưa khiến từng chùm lá đáp là đà xuống mặt nước như suối tóc mây của nàng thôn nữ. Từng chùm lá phong chuyển màu làm úa cả bầu trời như màu mắt nâu của nàng.

Mùa thu Los Angeles thì không có gì ngoài cái lạnh dần đến, là lúc tôi mở tủ, tìm chiếc áo khoác Hoodie Abercrombie. Tôi vừa mặc áo vừa tự hỏi, nàng Thu Los Angeles có chỗ nào đẹp nhỉ?

Sáng nay, nhìn vài chiếc lá vàng khoe mình trong trời xanh khi chạy bộ, tôi nhận ra nàng cũng có nét đẹp riêng. Có điều vẻ đẹp này tôi phải tìm kỹ lắm mới thấy, chắc do chạy bộ mệt, phải dừng chân đứng lại nên tôi mới có dịp phát hiện.

Cái đẹp nàng Thu ở Los Angeles, hóa ra, xưa giờ vẫn ở quanh tôi.

Năm mới

Ngày cuối cùng của năm cũ, trời chiều Los Angeles lất phất mưa phùn. Tôi hít hà cái lạnh trong veo của mùa đông, khoác thêm chiếc áo cổ rộng rồi ra ngoài chạy bộ.

Mưa đổ to hơn. Những giọt nước bắn mạnh vào mặt ran rát. Lâu lắm rồi tôi mới bị mắc mưa khi chạy bộ. Chợt nhớ lại hồi nhỏ tôi cũng từng bị vậy lúc đang chơi đá banh. Cả sân banh trong phút chốc ngập nước. Thế mà tôi vẫn mải mê dẫn dắt, sau một hồi thì mất banh vì kẹt trong nước. Vội quay người lại nhưng chân trụ bị trơn, làm cả người tôi trượt ngang, té bạch xuống vũng nước sình. Cả đám kia cũng không khá hơn, thi nhau té bình bịch.

Một cơn gió lạnh bất chợt thổi luồng từ phía sau cổ làm tôi trở lại hiện tại, nhớ rằng mình đang chuẩn bị bước vào năm mới.

Vừa chạy bộ, tôi vừa cảm nhận thời gian chầm chậm trôi trong cơn mưa. Tôi nghĩ về năm trước, nhớ lại những kỷ niệm, những khoảnh khắc đong đầy cảm xúc, những thành công và cả thất bại.

Về đến nhà, cơn mưa cũng vừa tạnh. Tôi chui vào vòi sen, tận hưởng hơi ấm từ làn nước nóng xua tan đi cái lạnh lẽo của cơn mưa ban nãy.

Buổi tối, tôi lái xe ra biển. Mưa càng nặng hạt hơn. Mưa liên tục đổ xuống, làm mờ cả một góc phố. Gió thổi rít từng đợt, hợp sức cùng mưa giông tạo thành những đợt sóng nhấp nhô như muốn gột rửa hết những gì còn lại của năm cũ.

Không gian đang âm u tĩnh mịch, mưa giật, gió lạnh và sóng vỗ, chợt bừng sáng pháo hoa. Những chùm sáng xanh đỏ chói lòa bắn lên trong khung cảnh mờ mịt đêm giông như những hy vọng thắp lên trong giây phút đầu tiên của năm mới.

Vậy mà sáng nay, buổi sớm đầu tiên của năm, bầu trời trong xanh đến lạ. Nắng ấm trải từng lớp nhẹ trên mặt biển như chưa hề có trận mưa giông tối qua. Mặt biển phẳng phiu như tấm áo vừa được là ủi.

Mong rằng năm mới sẽ là làn nước ấm, tia nắng trong vắt, giúp cho chúng ta rửa sạch những phiền muộn, lo âu của cơn mưa giông đã qua.

Mùi hoa bưởi

Má tôi nói mùi hoa bưởi thơm lắm. Mấy cô gái trong xóm tôi ngày trước tắm nước giếng có pha hoa bưởi làm thơm tóc, mỗi lần đi ngang là hương tỏa ra thoang thoảng làm mấy chàng ngẩn ngơ.

Bởi vậy, tôi háo hức đón chờ hương thơm này khi những cây bưởi trong vườn nhà bắt đầu trổ bông. Tôi tưởng tượng trong buổi sớm mai thanh khiết lành lạnh cuối đông, tôi sẽ pha ấm trà nóng, vừa nhâm nhi vừa hít hà hương bưởi dìu dịu vào lồng ngực.

Thế mà tôi đợi mãi không thấy hương thơm nào cả. Buổi sáng đi tới đi lui ngoài vườn, hít ra hít vào mãi mà vẫn chẳng thấy mùi hoa bưởi, tôi cẩn thận nhìn kỹ lại những cánh hoa bưởi đã nở gần hết mà vẫn chưa nghe mùi. Tò mò, tôi vạch lá, cẩn thận né những cái gai bưởi to để lần tìm chùm hoa còn vài bông đang nở, rồi đưa mũi vào hít hà mùi hương mình đang tìm.

Một hương thơm thanh nhẹ thoát ra, làm tôi ngây ngất, muốn đưa mũi gần hoa hơn nữa. Bỗng một bên mặt của tôi đau nhói, hóa ra là gai nhọn vừa đâm vào, tôi lật đật né ra nếu không sẽ bị chảy máu. Thì ra, muốn thưởng thức hoa đẹp hương thơm cũng lắm công phu, không cẩn thận còn bị gai đâm.

Tôi hỏi lại mới biết hồi xưa, nhà hàng xóm trồng nguyên cả vườn bưởi có hàng chục cây bưởi lớn nở mấy trăm bông một lần nên hương mới lan ra cả xóm. Còn tôi, chỉ trồng vỏn vẹn vài cây mới lớn, mỗi cây có gần chục bông nên dĩ nhiên không thơm cả vườn như tôi tưởng tượng.

Mà không sao, giờ muốn ngửi hoa chỉ việc kéo hoa vào lòng thì sẽ có mùi hương thôi.

Trái ngọt sau cơn giông

Sau cơn giông dai dẳng tối qua, hàng loạt cây lảo đảo như người say rượu nằm sõng soài trên mặt đất. Cây lựu trắng bị mưa tạt nghiêng vẹo là đà trên mặt đất. Cây lựu đỏ bị gió thổi một bên như tóc ai đang sấy. Cây bơ lùn thì bị mưa giông thổi cong, rạp xuống đất.

Tả tơi nhất là cây bơ cao, đang sức xanh chồi non mọc mơn mởn như cô gái đôi mươi bỗng gặp trận cuồng phong đầu đời khiến phần ngọn bị gãy gọn, cả cành chỉa xuống đất, chỉ còn dính chút vỏ cây đang chảy nhựa tươi. Thế là tôi đành phải lấy dao cắt đứt phần ngọn bị gãy, rồi cột lại từng nhánh bơ cao cho sát hàng rào.

Chỉ duy nhất cành thanh trà bé bỏng hôm nào đã vụt lớn sau cơn giông. Những chùm trái vừa đậu xanh non hôm nào nay đã vàng óng, chín căng mọng nước.

Năm ngoái, một cơn giông khác đã làm gãy một cành thanh trà. Tôi cũng cắt tỉa, cột cây gọn lại. Năm nay vết thương gần như lành hẳn, chỉ còn chút sẹo chỗ gãy.

Có lẽ cây bơ cao rồi cũng vậy, vết thương nào cũng sẽ lành theo thời gian, dù là vết thương đầu đời hay sau này. Quan trọng nhất là mỗi lần bị thương, nếu được săn sóc thì vết thương sẽ mau lành, cây sẽ lại tiếp tục sinh trưởng và vươn cao.

Ổi chanh cuối mùa

Sớm nay, chớm lạnh đã về bên vườn nhà. Những chiếc lá thu đầu tiên đã bắt đầu chuyển mình từ màu xanh lá căng nhựa sống sang vàng bí ẩn. Cây ổi chanh sau vườn nhà tôi cũng vậy, đã có lác đác lá vàng, nhưng vàng hơn cả là những trái ổi chanh cuối mùa, nổi bật trong tán lá um tùm.

Lúc đầu, tôi không ưng lắm loài cây này vì có nhiều trái quá. Có dạo, mỗi sáng sớm, má tôi cứ phải quét dọn những đám ổi nho nhỏ nằm sõng soài trên mặt sân, rơi rụng chỉ sau cơn gió thoảng. Tôi cũng ít chú ý đến cây ổi chanh vì nằm khuất trong vườn và quan trọng nhất là trái ăn lúc hè có vị hơi chua, chan chát. Vì có hương thơm thoang thoảng mùi chanh, nên cây còn được gọi là ổi chanh.

Nhưng suy nghĩ này của tôi đã thay đổi trong một lần tôi vô tình ăn một trái ổi chanh đầu thu.

Trái có vị ngọt, đã vàng đều, da mỏng mềm mại như làn da cô gái tuổi trăng tròn, một mùi thơm thanh dịu thoảng lên khi tôi bóp nhẹ khiến chất nước ngọt chảy ra. Mùi chanh càng nồng hơn khi đưa sát lên mũi. Tôi ăn một lượt mười trái mà vẫn thấy chưa đã.

Ổi chanh, vừa nghe tên thấy chua và chát, nhưng nếu ăn đúng lúc sẽ ngọt ngào và mềm mại. Có lẽ cuộc đời cũng vậy, có những thứ ban đầu chua chát nhưng đến đúng thời điểm sẽ trở thành ngọt ngào.

Nhưng ai biết khi nào là đúng lúc để chờ và đợi. Ổi chanh của cuộc đời nào ngọt ngào, thơm chín nếu chúng ta không có mùa thu.

Chấm bông

Sáng nay ra vườn, thấy hai bé mãng cầu lớn được gần ba tuần tuổi, lòng tôi bỗng nhẹ bẫng trong ánh nắng.

Năm nay, chấm bông mãng cầu cực hơn những năm trước. Vài tháng trước, Los Angeles vào trưa nóng như lửa khiến hàng cây mãng cầu èo uột, lại thêm năm nay cây ít trổ bông nên việc thụ phấn vất vả hơn. Có những hôm hoa đực nhiều thì ít hoa cái. Có hôm hoa cái nhiều mà không đủ hoa đực để tìm phấn. Một buổi chiều mát trời, gió nhè nhẹ, tôi vạch từng cánh hoa cái, dùng cây cọ nhỏ từ từ đưa phấn của hoa đực vào bên trong, y như những con ong cần mẫn chui ra chui vào.

Khi cây đậu được trái mãng cầu con gần một tuần tuổi, tôi thấy tỷ lệ rụng trái non năm nay nhiều hơn. Có hôm rụng hơn phân nửa mặc dù hôm trước vẫn còn trên cành.

Bởi vậy, sáng nay thấy hai bé măng cầu đã bắt đầu cứng cáp, to gần bằng ngón tay cái, tôi mừng thầm, mong rằng chúng sẽ không rụng sớm.

Cây măng cầu muốn nuôi trái đã khó khăn như vậy, huống chi là con người. Khi người mẹ mang thai đã là một kiệt tác của tạo hóa. Chắt chiu sức khỏe để bảo vệ và truyền dinh dưỡng cho đứa con đang lớn trong bụng, như cây măng cầu ngoài kia, đang gồng mình trước nắng gió để chắt chiu bảo vệ những trái xanh non bé bỏng.

Rồi có ngày, những trái xanh non nhỏ xíu bằng ngón tay sẽ lớn thành những quả măng cầu to sần sùi, nặng oằn nhánh, chín mềm bên trong thịt trắng ngọt thơm phức, như đứa con bé bỏng ngày một lớn khôn.

Amsterdam, Hà Lan

Tôi đang ôm gối mơ màng về những con gấu trắng khi bay qua vùng Bắc Cực thì cảm giác chiếc Boeing 787-10 hạ dần độ cao. Dàn đèn led trên trần từ từ bật sáng, báo hiệu sắp đến phi trường Amsterdam Schiphol của Hà Lan.

Khi học trường Kiến trúc, tôi học được nhiều điểm thú vị về Hà Lan, về kiến trúc, kỹ thuật, và công nghệ giúp cho đất nước có phần lớn dân số sống dưới mực nước biển sống ổn định. Các kỹ thuật về đê bao và chống ngập, chống lụt ở Hà Lan được xem là bài học kiến trúc kinh điển. Tôi còn nhớ kiến trúc sư Rem Koolhaas, người Hà Lan nổi tiếng với thiết kế Đài Truyền hình Trung ương Trung Quốc CCTV hình dạng các khối ống chữ nhật nối với nhau.

Lúc còn ở Michigan, nhà tôi ở thành phố Holland, được xem là nơi ở Mỹ có nhiều người

Hà Lan sinh sống nhất. Holland tại Michigan có vườn hoa tulip, có cối xay gió, và có những căn nhà ống khói bằng gạch. Lúc đó, tôi tự hỏi Hà Lan tại châu Âu nhìn như thế nào.

Sau này tôi xem phim Hàn Quốc *Daisy*, trong đó nhân vật chính là cô gái xinh đẹp chuyên vẽ tranh chân dung cho du khách tại Amsterdam, nam chính là sát thủ, mỗi lần nhận lệnh giết ai là có chậu hoa tulip màu đen để trước cửa chiếc thuyền. Anh chàng thường gửi tặng hoa cúc dại (daisy) cho cô nàng đúng 4:15 phút mỗi ngày. Lúc đó, tôi thích cảnh yên bình đẹp như tranh vẽ của Amsterdam. Tôi mê luôn bài nhạc phim có nhịp điệu u buồn nhưng không kém phần lãng mạn.

Chiều nay, ngồi cà phê dọc theo dòng kênh đào vòng quanh thành phố, tôi nghĩ về những gì mình đã biết về Amsterdam. Tôi nhận ra Amsterdam ngoài đời thật hơn, nhiều bia hơn, nhỏ hơn, nhưng bận rộn hơn. Amsterdam có nhiều xe đạp, trên một triệu chiếc, hơn cả người đi bộ nên tôi ít thấy ai bị béo phì như bên Mỹ.

Phía xa quán cà phê có một quảng trường nhỏ, có đàn bồ câu đi loanh quanh tìm thức ăn. Bên dòng người hối hả ngược xuôi đang qua cầu, có một ông họa sĩ ngồi khuất ở một góc vẽ tranh trong ánh chiều. Dòng nước phía dưới gợn sóng nhẹ theo những chiếc tàu chạy ngược xuôi dọc hàng cây cổ thụ đổ bóng bên sông.

Tôi cầm ly cà phê đen lên, nhấp một ngụm nhâm nhi. Chợt nhớ về nước Mỹ, về ly cà phê Starbucks của tôi mỗi ngày. Amsterdam, nước Mỹ hay bất cứ nơi đâu cũng đều có những nét đẹp vừa đặc trưng nhưng cũng lại vừa thân thuộc.

Michigan:
Mưa và mùi cỏ mới

- Anh ở California? – Cô nhân viên cho thuê xe hỏi khi tôi đưa bằng lái ra.

- Vâng.

- Bên đó có mưa nhiều không? Hôm nay Michigan mưa nhiều lắm, anh lái xe cẩn thận.

Cảm ơn cô nhân viên tốt bụng nhắc khéo về thời tiết Michigan, tôi chui vào xe, lên ga lái ra sân bay.

Hạ kính xe, tôi ngửi thấy mùi cỏ Michigan hai bên đường cao tốc I-96. Mỗi khi vào xuân, cây cỏ Michigan mọc bừng lên xanh thẳm, thay mới hoàn toàn chiếc áo trắng lạnh lùng của mùa đông.

Năm nào cũng vậy, dịp này tôi lại về Michigan thăm ba tôi, thăm bạn bè, và phòng khám miễn phí VietMD ở Detroit.

Tạm biệt cái nắng chói chang California, tạm biệt mùi biển Long Beach, tôi trốn về Michigan để tận hưởng cái mùi nước ngọt mát lạnh ở Ngũ Hồ (Great Lakes). Mà chưa kịp ngửi mùi nước hồ thì đã có nước mưa mát lạnh tạt vào mặt, làm tôi nhớ lại những ngày bình yên ở Michigan.

Tạm biệt giọng ca Bông điên điển

Từ lúc biết tin cô ca sĩ Phi Nhung mắc Covid-19, tôi vẫn tin cô đang cố gắng từng giây từng phút. Tôi thầm mong sao có phép màu xảy ra. Thế nhưng, mọi chuyện không như tôi mong muốn.

"Em đi lấy chồng về nơi xứ xa,

Đêm ru điệu hát câu hò trên môi.

Miền Tây xanh sắc mây trời,

Phù sa nước nổi người ơi đừng về

Với màu điên điển say mê,

Vàng trong ánh mắt vỗ về gót chân.

Trót thương tình nghĩa vợ chồng,

Nên bông điên điển nở cho lòng vấn vương."

(Bông điên điển – Nhạc sĩ Hà Phương)

Giọng Phi Nhung như được sinh ra cho những bài hát về miền Tây. Chất giọng ngọt sâu lắng của cô đưa câu hò thêm ngân nga, làm sắc xanh của đồng ruộng thêm biếc, làm phù sa của miền Tây thêm đục, và làm dịu đi cái nóng căng thẳng lúc trưa hè khi tôi đi trực trong bệnh viện.

Bông điên điển màu vàng tươi, nhưng qua giọng hát của Phi Nhung, hoa như có thêm màu nâu của đất phù sa, có thêm màu nắng úa trong nỗi buồn cô gái đi lấy chồng xa.

Bông điên điển, giờ lại thành hoa màu trắng, khi từ biệt người ca sĩ tài ba.

Trái vải nước Nam và Dương Quý Phi

Chiều nay ra vườn, tôi đã thấy vài chùm vải đầu mùa vừa chín ửng hồng. Cầm trái vải trên tay, tôi lột nhẹ lớp vỏ sần sùi bên ngoài, lộ ra khoảng thịt trắng ngần thơm phức bên trong. Đưa trái vải lên ngửi hương vị chín đầu mùa, tôi chợt nhớ đến truyền thuyết trái vải của Dương Quý Phi.

Dương Quý Phi (719-756) là một trong tứ đại mỹ nhân của Trung Quốc. Sử sách ghi lại, Dương Ngọc Hoàn vào cung năm mười bốn tuổi để làm phi (cho con trai của Vua Đường Minh Hoàng là Lý Long Cơ). Đến năm hai tư tuổi thì được phong làm Quý Phi của vua. Từ lúc vua Đường gặp Dương Quý Phi thì ông xao lãng triều chính, cuối cùng dẫn đến nổi loạn của An Lộc Sơn, làm nhà vua suýt mất mạng, phải cùng Dương Quý Phi chạy trốn ra ngoài kinh thành Trường An.

Dương Quý Phi có một món ăn yêu thích là trái vải của nước Nam (vùng Lĩnh Nam, Giao Chỉ, là một phần của nước Việt Nam sau này). Sách kể Quý Phi chỉ thích ăn trái vải còn tươi nên quân lính phải ướp vải bằng mật hoặc muối, có khi phải bứng nguyên cây vải, dùng ngựa kéo xe ngày đêm từ nước Nam về kinh đô Trường An cho nàng thưởng thức. Quý Phi thích ăn vải đến mức mỗi lần thấy vải là nhoẻn miệng cười, về sau trái vải còn có tên là Phi Tử Tiếu (nụ cười Vương Phi). Thậm chí, trước khi bị bức tử bằng dải lụa trắng, Quý Phi vẫn muốn được ăn chùm vải tươi trước khi chết. Đường Minh Hoàng thương Quý Phi nên kêu lính phải tìm cho bằng được vải để nàng ăn trước khi chết.

Ngày nay, vải thiều là một đặc sản của Việt Nam, nổi tiếng cơm dày, ngọt bùi, thơm ngon, và nhiều chất dinh dưỡng. Nếu như hơn ngàn năm trước, Nhà Đường có Dương Quý Phi thích ăn vải nước Nam thì hiện nay Trung Quốc là thị trường xuất khẩu chính của trái vải Việt Nam.

Ăn trái vải đầu mùa tại Los Angeles, cảm nhận vị ngọt hậu, mùi thơm của nắng hòa quyện vào từng múi thịt trắng ngần, tôi thấy mình quá may mắn. Tôi không nổi tiếng hay quyền lực như Dương Quý Phi mà vẫn có thể được nếm trái vải thơm tươi ngay trên cành. Chỉ có điều năm nay nóng quá, tôi phải chăm tưới nước rất nhiều mới có được những trái vải Phi Tử Tiếu.

Hồng đào năm ngoái, năm nay vẫn hồng

Năm nay, ngoài mận hồng đào, tôi còn trồng thêm mận xanh, mận trắng, và mận da người (mận hỏa tiễn). Mấy cô chú trồng mận dặn là phải trồng mấy cây này cách xa nhau, nếu không sẽ dễ thụ phấn với nhau, làm trái mận mất màu nguyên gốc của nó.

Tôi nghe lời, trồng mấy cây mận này xa nhau. Mấy hôm nay tôi mừng lắm vì thấy mận nhà tôi không đổi màu. Năm nay, cây mận này vẫn đỏ thắm, thậm chí sắc càng thắm hơn.

Tôi đoán nhạc sĩ Trịnh Công Sơn ngày xưa chắc là thích ăn mận hồng đào, vì môi trái mận đỏ thắm như đôi môi cô gái, nhìn vào là muốn cắn.

"Một cuộc tình nhỏ bé

Trên đôi môi hồng đào

> *Đường đời xa lắm nhé*
>
> *Em không nhớ tôi sao".*

***

Chiều nay về nhà, nhìn chùm mận vừa chín chúm chím, tôi chợt nhớ đến bài hát *Môi hồng đào* của Trịnh Công Sơn.

Màu hồng đào là màu của vị ngọt thanh, thấm nhẹ vào đầu lưỡi, pha lẫn cái giòn tươi kèm chút chua nhẹ của trái mận vừa chín, như vị chua chua ngọt ngọt trong nụ hôn đầu của thiếu nữ tuổi mười sáu trong nhạc Trịnh.

Tôi cứ lưỡng lự mãi không biết có nên hái mận xuống ăn hay là cứ để vậy mà ngắm môi hồng đào.

Má tôi kêu hái xuống ăn đi, không hái thì mận cũng sẽ rụng. Sau một hồi suy nghĩ, tôi hái chùm mận ăn ngon lành trong lúc mở nghe lại bài hát *Môi hồng đào...*

> *Tôi cần nhìn lại*
>
> *Nắng trong nụ cười*

Một lần em đã đến

Hân hoan ôi cuộc đời....

Chờ sung rụng

Hồi nhỏ, nghe ngoại tôi nhắc *"con đừng có ngồi chờ sung rụng"* mà tôi không hiểu ý. Tôi chỉ đoán trái sung chắc là bự và lâu chín lắm, tôi không nên chờ. Trái bình bát nhìn bự vậy mà vẫn mau rụng.

Sau này ba tôi giải thích ai ngồi chờ sung rụng là những người làm biếng. Ba tôi kể có anh chàng làm biếng kia, đói nhưng không muốn kiếm ăn. Anh nằm há miệng dưới cây sung chờ trái rơi vào miệng. Gió thổi trái sung rụng lộp độp, nhưng không trái nào rơi trúng miệng anh này nên anh ta đói tiếp.

Sáng nay thấy cây sung ra trái tôi mừng lắm vì cứ tưởng cây này là cây đực.

Tôi không chờ sung rụng, tôi chờ sung chín.

Cánh phượng hồng làm tôi ngẩn ngơ

Chiều nay đến thăm nhà một bác sĩ đồng nghiệp ở vùng Los Angeles, tôi có khoảnh khắc há hốc lên "wow".

Không phải vì hàng chục cây mãng cầu đậu đầy trái, không phải vì hàng trăm trái hồng giòn còn xanh, mà vì một cây phượng lẻ loi đầu ngõ.

Đã lâu rồi tôi không chạm vào cánh hoa đỏ rực, mong manh mịn màng còn vương phấn, ở giữa nhụy từng chùm căng tỏa.

Nhớ lại lúc tập tành bẻ cành, ép hoa phượng làm bướm để tặng ai đó, giờ có hoa phượng nhưng lại không nỡ bẻ vì hoa quá đẹp.

Tôi nâng niu đan hoa phượng vào tay rồi từ từ rời xa...

Lần đầu ngủ lại ở biển muối Bạc Liêu

Sáng sớm, tôi vươn vai ngáp dài, kéo phiến cửa gỗ bước ra sân sau, luồng gió biển man mác mằn mặn làm tôi tỉnh hẳn. Tôi hít thêm một hơi muối biển rồi dụi mắt nhìn xung quanh.

Cả nhà bạn tôi đã dậy từ khi nào, mọi người túa ra đồng muối từ sáng để đưa nước biển vào ruộng. Mấy năm nay, nghe bạn tôi than nước biển bị ô nhiễm nên phải đợi con nước tốt, dẫn vào máng, lọc cát rồi mới đưa lên ruộng phơi.

Buổi trưa nắng lên, dòng nước trong đục lúc sáng bắt đầu kết tinh một lớp trắng mỏng trên bề mặt, như mặt hồ Michigan vừa đóng băng khi vào mùa đông. Rồi vài hôm nữa, nước bốc hơi, các hạt muối trắng sáng long lanh như pha lê tụ lại thành đống. Diêm dân[1] sẽ cào đưa vào bao rồi chuyển vào kho.

Gió biển buổi sáng ở Long Beach cũng có hương muối mằn mặn, nhưng sao tôi vẫn thấy không mặn bằng biển Bạc Liêu?

---

1. Tức dân sống bằng nghề làm muối.

Chào buổi sáng Catalina – thiên đường cách Los Angeles 15 phút

Nằm cách Los Angeles 30 dặm về phía Tây Nam, đảo Catalina được mệnh danh là một trong những thiên đường hoang sơ gần Los Angeles nhất.

Năm 1887, chuyên gia địa ốc George Shatto từ Grand Rapids, Michigan mua lại hòn đảo này với giá 200.000 đô (khoảng 5,5 triệu USD bây giờ) nhằm phát triển thành khu du lịch nghỉ dưỡng, đặt nền móng cho việc phát triển hòn đảo thành khu nghỉ dưỡng và bảo tồn như hôm nay. Trải qua nhiều biến đổi, hòn đảo hiện được quản lý bởi Quỹ bảo tồn Catalina.

Bò rừng (Bison) là một trong những điểm thú vị ở Catalina. Những năm 1920, Hollywood mang bò rừng từ bang Nam Dakota lên đảo quay phim, có vài con bò chạy lọt ra ngoài nhưng họ không buồn bắt đem về Los Angeles. Đây là những con bò rừng đầu tiên trên đảo, rồi số lượng sau đó ngày càng tăng lên. Những năm 1950, số bò rừng trên đảo lên đến 500 con, gây mất cân bằng sinh thái nghiêm trọng. Lúc ấy, đảo Catalina phải đem bò đi bán bớt. Hiện nay, số bò rừng ở Catalina còn khoảng 150 con, là con số kiểm soát để giữ cân bằng sinh thái. Bò rừng cái ở đây được uống thuốc ngừa thai để đảm bảo sẽ không tăng dân số quá nhiều.

Đảo Catalina là đảo núi, hình thành do sự biến đổi của các mảng kiến tạo địa chất vùng trũng, nên phần lớn đất trên đảo là núi và thảm cỏ, tạo ra thiên đường *hiking* cho nhiều người, trong đó có tôi, vì cảnh đẹp mê hồn khi lên cao. Có những đoạn quý vị có thể chạm vào đám mây trắng như bông gòn đang vắt vẻo trên cung đường Eo Edge ở đỉnh núi. Và có những đoạn, quý vị sẽ thấy vài con bò rừng lững thững gặm cỏ, nhắc lại câu chuyện trăm năm trước, đã có đoàn làm phim Hollywood để lại tổ tiên của chúng nơi này.

Biển Catalina trong suốt, pha chút xanh ngọc, ở đây có thêm một thú vui khác là lặn biển đếm cá. Bãi lặn Lover's Cove nằm ngay sát cầu tàu là nơi nhiều *hiker* lặn xuống sau một ngày leo núi vất vả. Buổi chiều, quý vị có thể ghé qua nhà hàng Bluewater bên bờ biển, gọi món cá kiếm nướng do ngư dân mới đánh bắt, nhâm nhi ly rượu đỏ, tạm quên đi những ồn ào, mệt mỏi trong tuần.

Từ Los Angeles, có thể đến đảo bằng máy bay trực thăng khoảng 15 phút (giá 150 đô một chiều) hay đi tàu cao tốc (giá 38 đô một chiều).

Quà sinh nhật muộn: Nửa ngày lênh đênh trên biển do tàu chết máy

Sinh nhật năm nay, tôi mua tặng mình chiếc du thuyền dài 44 foot và tự mình lái từ San Diego về Long Beach. Chuyến hải trình dự định chỉ có sáu giờ đồng hồ trở thành gần hai ngày, trong đó nửa ngày trôi lênh đênh trên biển do máy tàu hư. Chuyến đi này, hóa ra, là một trong những kỷ niệm khó quên nhất trong đời tôi.

Sau vài tháng tìm kiếm mua tàu, học lái, và làm rất nhiều giấy tờ, cuối cùng tôi cũng có giấy tờ đăng kiểm từ Cục Tuần duyên Hoa Kỳ (US Coast Guard) cho phép tôi mang tàu ra biển. Sáng sớm thứ Bảy, San Diego trời mây nhẹ quang đãng, không khí se lạnh, tôi háo hức tạm biệt cảng Cabrillo, San Diego, hướng về Los Angeles.

Vừa ra khỏi bến, điểm đầu tiên tôi phải dừng chân là trạm xăng để tiếp nhiên liệu. Khác với trạm xăng xe dọc đường chỉ cần ghé vào, dừng xe vài phút rồi đi, đổ xăng ở trạm xăng dầu cho tàu có thể đến nửa tiếng hoặc lâu hơn vì bình xăng tàu thường vài trăm đến cả ngàn gallon. Thêm nữa, trạm xăng tôi sắp đến đặt ở bên ngoài bến du thuyền Cabrillo, cạnh dòng thủy triều và gần chỗ ra vào của một cảng khác. Lúc bấy giờ trên cảng có hai tàu cao tốc loại nhỏ của tuần duyên Hoa Kỳ, một du thuyền cỡ vừa, và hai tàu ca nô nhỏ đang cập mạn đổ xăng.

Tôi phải dừng tàu xa xa đợi mấy tàu này bơm xăng trước. Vấn đề là do dòng thủy triều nên tôi phải giữ cho tàu mình luôn ở giữa dòng, giữ khoảng cách an toàn với các tàu khác. Gió bắt đầu lên và sóng mạnh hơn khiến cho việc giữ tàu không dễ dàng. Tôi cho tàu chạy tới, chạy lui, có lúc quay vòng, để giữ vị trí và khoảng cách ổn định. Sau gần một tiếng đợi ba chiếc tàu kia bơm xong, tôi và hai chiếc tàu khác chuẩn bị cập vào.

Cái khó bây giờ là trên tàu chỉ có mình tôi. Phải có ai đó bên dưới tàu quăng dây và cột vào bến xăng. Trong lúc chờ đợi đến lượt mình, tôi gọi Ryan, là chuyên viên bán tàu cho tôi, chạy ra trạm xăng để phụ một tay. Ryan nói sẽ đến đó trong vòng hai mươi phút nữa. Cập mạn tàu vào trạm xăng giống như đỗ xe song song nhưng khó hơn nhiều vì tàu không có thắng.

Ở tốc độ chậm, bánh lái gần như không có tác dụng, lái tàu lúc này chủ yếu dựa vào sự kết hợp của hai máy tàu, dùng lực đẩy/kéo ngược chiều của hai chân vịt để xoay chiều tàu.

Tôi vất vả cập mạn sau gần một tiếng đồng hồ chạy tới chạy lui vật lộn với dòng nước và đợi Ryan tới. Vừa cập mạn, Ryan nhảy lên tàu lấy dây cột vào trạm xăng. Tàu của tôi có dung tích bình là 350 gallon (khoảng 1.325 lít xăng), giá 6-7 đô mỗi gallon tại cảng. Tôi bơm đầy bình xăng, nhìn hóa đơn tính tiền mà méo cả mặt. Như vậy là mất gần hai giờ đồng hồ từ sáng sớm chỉ để đổ xăng.

Tạm biệt Ryan, tạm biệt trạm xăng, tôi tiếp tục chạy ra biển.

***

Vịnh San Diego là một vịnh lớn, có quân cảng của hải quân Hoa Kỳ nên tàu quân sự ra vào thường xuyên. Sáng nay, có một tàu ngầm cũng ra biển một lượt với tôi. Ở tầm nhìn xa, tôi có thể thấy hai tàu ủi từ từ rút ra để tàu ngầm bắt đầu hướng ra biển. Các sĩ quan cũng có mặt trên boong tàu. Xung quanh tàu ngầm là hai tàu ca nô chạy vòng quanh bảo vệ và cảnh báo. Luật hàng hải Hoa Kỳ cấm các tàu khác lại gần tàu hải quân nếu không có sự cho phép.

Tôi và mấy tàu khác từ từ chạy theo chiếc tàu ngầm, dần ra khỏi vịnh. Vừa ra khỏi phao số 0 một chút, là phao đánh mốc vào luồng của vịnh San Diego, tôi hăm hở tăng ga, quẹo phải đi ngược lên hướng Bắc, trong khi chiếc tàu ngầm chạy thẳng ra Thái Bình Dương.

Vì quẹo phải quá sớm thay vì chạy thẳng ra xa hơn rồi mới quẹo khiến tôi phải trả giá đắt: Tôi bị lạc vào rừng tảo bẹ ngoài vùng vịnh San Diego. Rừng tảo biển này chạy dài hàng hải lý, là khu dự trữ sinh quyển của hàng trăm loài cá và sinh vật biển. Chỉ có các tàu cá và tàu kéo loại mạnh mới dám vào khu rừng này vì tảo biển là những bụi cây to như cây trên bờ, mọc dày đặc từ đáy biển lên mặt nước kéo dài hàng trăm feet.

Tôi có đọc tài liệu và đã cố tránh cánh rừng này. Nhưng khi ra biển, bằng mắt thường và ống nhòm, tôi không nhìn thấy được rừng tảo cho đến khi đi vào bên trong.

Tôi vội quay tàu ra ngoài xa, hướng ra Thái Bình Dương như chiếc tàu ngầm, để tránh đi sâu thêm vào rừng tảo. Đang quay đầu, bỗng có tiếng kêu chói tai báo động độ nóng vượt mức trên 200 độ F từ máy số hai. Tôi lập tức hạ ga máy số hai lẫn máy số một, giảm tốc độ trong khi cố thoát ra ngoài rừng tảo. Máy số hai chạy được thêm một đoạn thì độ nóng lên đến 220 độ F và tắt hẳn. Lúc này, tôi vẫn chưa hiểu vì sao máy hai bị tắt.

Tàu lúc này chỉ còn một máy. Tuy là dòng máy V8, dung tích 8.1L, 380 mã lực (hai máy tổng cộng 760 mã lực), nhưng khi kẹt trong đám rừng tảo, chiếc tàu di chuyển chậm như một con ốc sên.

Chạy thêm một chút thì nhiệt độ bên máy một tăng lên gần 200 độ F, tiếng báo động chói tai lại vang lên. Lần này tôi chủ động tắt máy. Nhìn đám rong dày phía sau, tôi đoán là cả hai chân vịt của tàu bị kẹt. Tôi trả về số 0, thử đề máy số một lẫn máy số hai nhưng không hiệu quả.

Cả hai máy đều chết. Lúc này sóng điện thoại yếu dần vì tôi đang dần xa bờ. Tôi chợt nhớ là tàu cần phải có điện khi ngưng chạy máy để còn có thể liên lạc với đất liền nhờ cứu hộ. Tôi bật máy phát điện trên tàu thì hỡi ôi, máy không chạy được. Lúc sáng ở cầu cảng, máy phát điện bật vẫn chạy bình thường cơ mà.

Thế là bây giờ cả ba máy trên tàu, hai máy chính và một máy phát điện, đều hư. Chiếc tàu chỉ có mình tôi đang trôi tự do, lênh đênh như một chấm nhỏ xíu trên biển Thái Bình Dương.

***

Tôi hít một hơi thật sâu, nhấp một ngụm cà phê, nhìn bầu trời mây xám xịt, xung quanh là mênh mông biển, rồi bắt đầu phân tích tìm ra vấn đề.

Hai máy tàu còn khá mới, mới chạy gần 400 giờ, tuần trước vừa thay nhớt, thay dầu hộp số, và bảo trì gần đây. Giờ thì bấm nút để cả hai máy đều không nổ mặc dù nhiệt độ máy bắt đầu giảm. Tôi đứng lên nhìn xa xa thêm lần nữa, không thấy tàu nào, vậy là có thể xác định tàu của tôi ổn định, không bị va đập. Tôi mới lò mò xuống phòng máy xem xét.

Tôi bật đèn pin soi kỹ ở bên ngoài cả hai máy, và cẩn thận kiểm tra các van để xem có dấu hiệu bị chảy nóng hay xì không. Hệ thống dây curoa vẫn tốt, mực nước tản nhiệt coolant ổn định, ống bơm nước biển không bị vỡ, không có dấu hiệu nóng nổ hay chập mạch điện.

Sau đó, tôi kiểm tra bình điện cả năm bình ắc quy thì điện thế vẫn tốt. Lần mò các van an toàn cho xăng vẫn ổn định. Nhìn chung hai máy bề ngoài đều nhìn ổn nhưng chưa biết bên trong có gì. Tôi đoán là rong tảo đã cuốn vào chân vịt khiến máy không quay được trục chân vịt, làm máy quá nóng, dẫn đến tự tắt.

Giờ chuyển qua máy điện. Máy điện có bình riêng nhưng dùng chung nguồn xăng với máy một. Tôi kiểm tra vòng ngoài máy điện, kiểm tra bình, mọi thứ vẫn ổn nhưng hình như van chuyển xăng không vuông góc lắm. Tôi thử bật van chuyển xăng lấy nguồn từ máy hai. Lần này, tôi thử đề máy phát điện trực tiếp từ công tắc bên dưới hầm máy chứ không phải từ hộp điều khiển trung tâm.

Chiếc máy điện rung lên, khịt khịt vài giây rồi lên ga chạy ngon lành. Vậy là máy điện chạy được. Tôi lập tức chuyển điện vào hệ thống và chạy sạc điện thoại. Tôi gọi điện hỏi Frank, kỹ thuật viên máy tàu, và Frank xác nhận nhiều khả năng máy không chạy là do quá nóng.

Tôi ngồi nghỉ một lát, thấy nhẹ nhõm hơn một chút vì giờ tàu đã có điện. Đợi thêm một chút, tôi thử đề lần nữa nhưng cả hai máy đều không nổ. Vậy là tôi đã lênh đênh một mình trên biển hơn một giờ đồng hồ.

Thử đề máy tàu lần nữa không được và nhìn đám rong phía sau, tôi quyết định gọi cứu hộ.

Có hai cách gọi cứu hộ khi tàu bị hư máy là gọi bảo hiểm (như dạng bảo hiểm xe chết máy dọc đường) và gọi cứu hộ tuần duyên của cảng biển gần đó. Gọi tuần duyên cứu hộ thường gọi qua kênh VHF vô tuyến 16 và họ sẽ chuyển qua kênh VHF của bộ phận trực cứu hộ vùng biển tôi đang ở đó. Lưu ý là kênh 16 là kênh cứu hộ khẩn cấp quốc gia (như 911 trên bờ) nên chỉ dùng trong trường hợp khẩn cấp.

Giờ có điện sạc pin điện thoại, tôi quyết định gọi bảo hiểm tàu cứu hộ trực tiếp từ Apps BoatUS, ở đó có sẵn tọa độ. Ở đầu dây bên kia, một giọng nữ trung niên hỏi tôi câu đầu tiên là hiện giờ tôi có an toàn không và bao nhiêu người trên tàu. Bà hơi ngạc nhiên vì chỉ có một mình tôi.

Tôi xác định lại tọa độ và chia sẻ lịch trình dự kiến. Bà nói tôi đợi tí vì cần điền thông tin và kết nối vị trí tàu của tôi và trạm cứu hộ gần nhất. Thế là bà chuyển tôi sang chế độ chờ máy, một bản nhạc giao hưởng nhẹ nhàng phát ra trong lúc chờ nối máy với thuyền trưởng cứu hộ.

Bản nhạc là bài hòa tấu quen thuộc tôi hay mở khi làm tiểu phẫu để giúp tôi và bệnh nhân thư giãn. Nhưng sao hôm nay tôi có cảm giác bản nhạc này như dài vô tận. Cuối cùng, bên kia bắt máy báo đã liên lạc với thuyền trưởng cứu hộ. Họ sẽ đến trong khoảng hai giờ.

Trời vào trưa, sóng bắt đầu đánh dập dềnh, khu rừng tảo bắt đầu dập dờn bên dưới. Tôi nhìn vào tọa độ trên tàu và phát hiện tàu đang bị thổi trôi vào gần bờ, nơi có đá ngầm và vách núi.

Tôi có nên thả neo không?

Độ sâu biển lúc này khoảng 100 feet (khoảng 30 mét), đây là chiều sâu có thể thả neo giữ tàu. Vấn đề là bên dưới không chỉ có nước, mà cả khu rừng tảo dày đặc. Thả neo xuống không cẩn thận có thể sẽ phải cắt dây neo vì vướng tảo không kéo lên được.

Tôi ra ngoài quan sát rừng tảo lần nữa và quyết định không thả neo. Tôi cũng liên lạc với thuyền trưởng cứu hộ hỏi có nên thả neo không thì ông cũng đồng ý là không nên. Vậy là tôi để tàu trôi tự do về phía Nam.

Tôi ước tính với tốc độ trôi thế này và khoảng hai tới ba giờ nữa thì tàu cứu hộ mới đến, tôi có thể sẽ va vào đá ngầm. Tôi bật thiết bị quét thủy âm và quan sát bên dưới tàu thử xem có đáy cạn nào gần không. Và cứ thế, tôi bật máy điện, nhìn tọa độ tàu trong lúc thả trôi và dò tìm đáy ngầm.

Có những lúc mặt biển tĩnh lặng, tôi ra phía sau tàu ngồi ngắm đại dương bao la.

Hơn hai giờ sau, có một bóng đỏ xuất hiện cuối chân trời. Cái bóng ngày càng lớn, đó là chiếc tàu cứu hộ. Tôi vui mừng quá đỗi. Chiếc tàu nhỏ nhưng máy cực mạnh kéo tàu tôi từ từ ra khỏi đám rong.

Lúc này, tôi thử đề máy tàu lần nữa thì may quá, máy một chạy lại. Máy hai ậm ừ vài cái vẫn không chịu chạy. Tôi bật chế độ để máy khẩn cấp lấy pin từ máy một, và may mắn thay, máy hai chạy được.

Thợ lặn từ tàu kéo giúp tôi cắt bớt rong tảo ở chân vịt. Lúc này, tôi mới tạm biệt hai anh chàng cứu hộ tốt bụng, lên ga chạy về Long Beach.

Do máy một bị hư, vẫn còn nóng trên 180 độ F khi lên ga trên 3000 RPM nên tôi chỉ chạy 50% công suất. Chiếc tàu ì ạch bò lên phía Bắc. Đến chiều tối, tôi mới đến cảng biển Oceanside. Ban đầu, tôi không vào được trong cảng vì không có chỗ đậu cho tàu 44 foot, nhưng may mắn là có chỗ trống phút cuối.

Thế là tôi vào nghỉ tạm qua đêm ở cảng Oceanside, sáng hôm sau khởi hành về lại Long Beach, kết thúc một ngày lênh đênh trên biển do tàu chết máy.

Ra biển chiều đông

Gió mạnh thổi ngang, thủy triều xuống, nước biển lạnh buốt, khói nóng từ máy tàu phả ra hai bên mạn, hòa vào từng cơn bụi sóng giận dữ phía sau thành màn sương mỏng, làm mờ dần thành phố xa xa...

Hồi bé, tôi thường lấy hộp thuốc lá Jet, cắt nhọn phần giữa hộp thành hình mũi tàu, gập hai bên hộp lại, dán keo làm thành chiếc tàu con con. Tôi lấy thêm cái động cơ nhỏ xíu của xe chạy pin làm máy tàu, cắt cây căm xe đạp làm trục chân vịt, cắt nắp lon sữa bò làm chân vịt. Tôi còn để hai cục pin AA trong tàu làm chiếc tàu muốn chìm khi xuống nước. Làm xong, tôi sơn xanh đỏ, làm luôn cả cabin, đem thả vào hồ nước phía trước nhà. Tàu chạy chầm chậm, tạo ra từng con sóng nhỏ lăn tăn.

Giờ nhìn từng con sóng hùng hổ phía sau đuôi tàu, tôi nhớ chiếc tàu bé tí ngày trước, với cơn sóng nhỏ li ti.

Chợt nhớ ngoại tôi nói *"Tàu càng lớn, đi càng xa, sóng càng to... "*.

Đợi cửa

Los Angeles vào thu, trời đột nhiên tối sầm. Mây đen kéo đến che phủ cả một góc trời. Gió bỗng chốc lặng thinh như chuẩn bị đón cơn mưa mùa thu. Bỗng có tiếng sét gầm gừ xa xa, rồi mưa tầm tã như trút nước trên khoảng sân xi măng và hồ bơi phía sau nhà. Từng giọt mưa bắn xối xả trên mặt hồ, tạo thành làn hơi nước mỏng manh.

Tôi ra cửa sau, mở nhè nhẹ kêu vài tiếng xem hai cún con yêu dấu của tôi ở đâu.

- Rum, Đơm (*Rheum, Derm*).

Từ căn nhà nhỏ xa xa góc vườn, hai bóng xám vội chạy xẹt đến. Cơn mưa tầm tã làm ướt bẹp lông chúng, dẫu vậy không ngăn được tụi nó chạy đến bên cửa ngoắt đuôi mừng tôi.

Một bác gái bệnh nhân lớn tuổi biết tin tôi nuôi chó nhận xét.

- Bác sĩ biết không, chó là con vật rất trung thành. Dù bác sĩ đi đâu, làm gì, tụi nó luôn luôn đợi cửa chờ bác sĩ về đó.

Bác trai đi chung nói thêm:

- Đôi khi, con người chúng ta, không phải lúc nào cũng vui mừng mong đợi người thân của mình về nhà. Có nhiều cặp vợ chồng, khi thấy người kia về nhà không thèm chào một tiếng, nói chi là mừng rỡ mong đợi.

Ông trầm ngâm rồi nói tiếp:

- Tôi may mắn có bà xã đây luôn đợi cửa mong tôi về nhà hơn bốn chục năm nay.

Vừa nói, bác trai vừa nhìn sang bác gái trìu mến.

…

Và cứ thế, dù mưa hay nắng, nửa đêm giá lạnh hay trưa hè nóng bức, mỗi lần tôi mở cửa nhà là hai chú chó con lại chạy đến.

Y như lời bác bệnh nhân lớn tuổi, tụi nó luôn đợi cửa chờ tôi về.

Dẫn con đi học

Ngày đầu tiên đi học mẫu giáo, má nắm tay tôi dẫn vào lớp, gửi gắm cho cô giáo. Xong, má tôi chưa về ngay mà nán lại, nép vào khung cửa lớp học lén nhìn xem tôi có khóc không. Tôi ngoái đầu, nhe răng nhìn má cười, ý nói là tôi thích đi học lắm. Má thấy tôi khoe hàm răng sún, yên tâm quay lưng về nhà.

Ngày đầu tiên dẫn Rum và Đơm đi học, tụi nó kéo tay tôi đi lăng xăng khắp nơi từ bãi đậu xe đến trường học PetSmart lớp mẫu giáo. Hai chú chó con dù nhìn to xác như người lớn, vừa nhảy xuống xe đã hít khịt khịt mũi liên tục vào hai bên lề đường. Cả hai liên tục dừng lại khắp nơi để ngửi ngửi tìm mùi. Cổng trường PetSmart vừa mở, hai đứa liền chạy vọt vào trong. Đột nhiên, con Đơm khựng lại.

Phía trước nó là con Bulldog nâu đen, to xác cũng cỡ Đơm, đang đứng cản đường. Đơm chưa thấy Bulldog bao giờ, nhưng nhìn gương mặt nghiêm trọng, hai má da nhăn nheo, môi chảy xệ, cặp mắt tuy to nhưng buồn long lanh, Đơm bắt đầu lộ vẻ lo lắng.

Rum từ sau bước đến, lách hẳn ra trước đứng bảo vệ em gái mình. Rum gằm mặt xuống, nhìn Bulldog, sủa to vài tiếng rồi ngước cổ cao lên tru như chó sói. Con Bulldog cũng không vừa, gằm mặt xuống ậm ừ, gương mặt càng thêm nhăn nhúm, khắc khổ. Bulldog nhìn Rum lạnh lùng, chân trước cào cào trên mặt đất. Tôi và ông chủ của Bulldog đứng nhìn nhau chào, cùng ra sức ghìm cương mấy chú chó.

Vào lớp học, Đơm, Rum, và Bulldog được sắp ngồi gần nhau. Cả ba đứa vẫn im lặng, nhìn nhau mặt hầm hè. Thầy giáo nói thử để yên cho tụi nó ngồi gần xem thế nào. Thế là tôi thả lỏng dây cho Đơm, Rum tiến gần Bulldog. Sáu con mắt nhìn nhau hầm hè, từ từ tiến gần lại, và cùng nhau sủa to.

Tiếng tru của Rum, Đơm hòa cùng tiếng sủa gầm gừ của Bulldog làm cả phòng học náo nhiệt. Rum tiến gần hơn Bulldog, le chiếc lưỡi dài ra làm quen rồi hít hít. Bulldog lúc này vẫn để yên cho Rum hít. Rum tiến lại gần thêm chút nữa, gần chạm đến gương mặt nhăn nheo già trước tuổi của Bulldog. Đột nhiên Bulldog hé cái miệng chảy xệ, le chiếc lưỡi liếm lại Rum. Thế là cả ba làm quen, không gầm gừ nhau nữa.

Học xong, Đơm ghé qua chào tạm biệt Bulldog bằng mấy cái hít hít. Vẫn gương mặt khắc khổ đầy nếp nhăn, Bulldog cố nở nụ cười chào tạm biệt Đơm và Rum. Nụ cười Bulldog dẫu có làm giảm đi đôi chút nếp nhăn trên má, khoe thêm vài chiếc răng nhọn hoắc đang mọc, vẫn không che lấp được những nếp nhăn trải dài như ruộng bậc thang.

Bao nhiêu mệt mỏi vừa tan thì...

Sau cả ngày dài đứng mổ, chiều tôi về nhà thấy hai đứa Rum, Đơm đã ngoan hơn trước. Tụi nó không còn chạy nhảy lung tung ngoài hồ mà ngồi chồm hổm chờ đồ ăn khi nghe tiếng gọi. Má tôi khen tụi nó đã biết nghe lời hơn từ lúc đi học mặc dù tuần trước thầy giáo mới nhắc nhẹ với tôi là hai đứa nó học chậm lắm. Đi học toàn hít hít, làm quen mấy bạn xung quanh rồi nhìn ra ngoài, không tập trung.

Tôi chầm chậm mở cửa ra sau nhà. Từ phía hồ bơi, hai đứa ngoan ngoãn chạy đến bên tay tôi và ngồi phục xuống. Tôi ôm hai đứa hai bên vai, vuốt ve đầu tụi nó mà thấy bao mệt mỏi trong ngày dường như tan biến. Tôi gắn camera lên ghế, rồi chỉ hai đứa phải nhìn vào camera để chụp hình cho đẹp. Hai đứa ngoan ngoãn làm theo.

Tôi mơ màng thư giãn nhìn ra xa xa thì hỡi ôi. Cây mận da người tôi mới trồng bên hồ giờ đã bị bật gốc nghiêng một bên. Tôi lại gần nhìn kỹ thì đúng là thủ phạm đang ngồi kế bên tôi. Nhìn dấu móng trên đất, tôi biết ngay đây là màn phối hợp. Hai đứa, một đứa đào, một đứa ngồi canh, rồi cả hai cùng kéo cây mận ra khỏi đất để tìm chuột. Tôi kêu hai đứa lại, chỉ tay vào gốc cây mận, la cho một trận thì đứa nào cũng cụp tai xuống, mặt mày nhìn rất đau khổ ra vẻ hối hận.

Tôi nhớ lại con robot hồ bơi cũng bị tụi nó kéo lên làm thịt, rồi cây sơ ri nhiều bông trĩu trái, cây bưởi năm roi có đúng năm trái, đều đã thành đồ thiên cổ dưới tám bàn chân và hai cái mõm phá phách của tụi nó.

Càng nghĩ, tôi càng thêm bực, vừa lên giọng định la tiếp thì hai đứa đã nằm phủ phục xuống bên cạnh. Con Đơm ngáp ngáp vài cái rồi dụi đầu vào chân tôi nhắm mắt. Rum thì lấy chân khều khều chân tôi vài cái rồi phịch xuống ngửa bụng ra chờ tôi gãi.

Thế là tôi hết bực, nhưng chuyển qua thở dài...

Món ngon nhất

Sau khi đi nhiều nơi trên thế giới, thử nghiệm hầu hết các loại ẩm thực Âu, Á, Mỹ, Latin, tôi nhận ra hai món ngon nhất mà tôi thích nhất là món má tôi nấu và mì gói do tôi nấu.

Tôi không phủ nhận các món ở nhà hàng được gắn sao Michelin ngon, mùi vị mới lạ, và bày trí hấp dẫn. Ví dụ như nhà hàng Orsa & Winston ở downtown Los Angeles, nơi có món gỏi ốc vòi voi khai vị chua chua, ngòn ngọt, giòn tan gây tê tê trong miệng, món thịt gà thơm chín vừa tới, hay nhà hàng Na Bistro ở Temple City có món gỏi tàu hủ ky giòn ăn kèm tôm lăn bột chiên. Nhưng không hiểu sao tôi vẫn thấy những nhà hàng này hình như thiêu thiếu thứ gì.

Đồ ăn má tôi nấu đơn giản hơn mấy nhà hàng Michelin nhiều. Má tôi dùng chủ yếu là rau cải xanh, xào nấu vừa chín tới, pha nước mắm, giấm, và mấy gia vị đơn giản, thường kèm theo rau ớt trồng ở vườn nhà. Mỗi khi ăn, má tôi hay nhắc ớt hiểm này trồng ở phía sau, gừng này ở gốc cây nhãn, lá bồ ngót này trồng ở hông nhà, hay rau thơm này trồng ở vườn phía trước. Đồ ăn má tôi nấu ngon, có lẽ bởi nó gói gọn cả khu vườn trong đó.

Nhưng lý do mì gói của tôi nấu ngon còn đơn giản hơn: Đó là đồ ăn duy nhất tôi có trong lúc đói.

Lúc xưa, Trạng Quỳnh dùng mầm đá để nhắc Chúa nhớ đồ ăn ngon nhất là đồ ăn khi đói. Còn tôi, không cần nhịn đói cũng biết món duy nhất là món ngon nhất. Lúc còn là sinh viên Kiến trúc, tôi đã biết luộc mì gói chung với trứng. Sau này, tôi luộc trứng riêng rồi cắt lát mỏng bỏ vào tô mì. Cuối cùng là chiên trứng cháy vàng rìa, lòng đỏ còn nguyên chưa bể, rồi để lên mặt tô mì.

Sau nhiều năm chuyên ăn mì gói, công lực nấu của tôi đã lên tầm cao mới, giờ có thể dùng mì gói cọng to vị đồ biển Hàn Quốc làm món nên, bỏ thêm càng cua biển, nấm đông cô, vài cọng măng tây, và lòng đỏ trứng vịt muối.

Buổi chiều tan làm, trời mưa tầm tã, tôi chạy vội về nhà hâm hộp cơm má tôi làm lúc trưa, có điều không thấy mấy trái ớt hiểm đâu cả. Ngày mai, tôi sẽ bẻ thêm ớt từ vườn vì hình như ăn đồ nhà trồng lúc nào cũng ngon hơn cả.

Món ngon nhất của quý vị là gì?

Đậu rồi

Sau bao ngày mong ngóng, sáng nay ra vườn tôi đã thấy thành quả của mình: Hoa mãng cầu đã đậu thành trái.

Hoa mãng cầu (na) có nhụy và phấn chín không cùng một lúc, nên đa số hoa sẽ rụng, không đậu thành trái nếu không được thụ phấn nhân tạo. Khi hoa mãng cầu nở bung to là hoa đực, có nhiều phấn nhị đã quá chín. Hoa mới hé nở là hoa cái, nhị đã sẵn sàng nhưng phấn còn yếu. Cái khó là hoa mãng cầu cái thường không hé mở to, lại thường chĩa xuống đất nên ong bướm ít bò vào, không thể mang theo phấn từ hoa đực.

Mấy hôm nay tôi làm việc của con ong, chăm chỉ lấy phấn từ hoa đực bỏ qua hoa cái.

Vừa nhìn mấy trái mãng cầu con mới nhú, tôi phát hiện thêm có mấy chú chim đậu trên cành gần đó đang chăm chú nhìn trái mãng cầu non như tôi.

Mấy bạn chim ăn ít lại nhé!

Suy nghĩ tốt hơn khi đang di chuyển?

Có bao giờ quý vị thấy mình suy nghĩ tốt hơn khi đang di chuyển không?

Từ nhỏ, tôi hay chạy bộ mỗi sáng sớm để nghĩ về bài vở, nghĩ về những dự định khi lên đại học, hay những ý tưởng nuôi cá mới. Sau này, tôi phát hiện mình suy nghĩ tốt hơn khi đang di chuyển, bằng cách chủ động như chạy bộ hay thụ động như ngồi máy bay hoặc ngồi tàu.

Nhiều nghiên cứu chỉ ra chúng ta suy nghĩ tốt hơn khi chạy bộ. Hoạt động đó giúp ta nhìn rõ vấn đề, đưa ra các quyết định chính xác hơn, và lên kế hoạch hiệu quả hơn. Đơn giản vì khi chạy, máu và oxy được liên tục đưa lên não, khiến chúng ta thoải mái và có trí nhớ tốt hơn. Trong phim nổi tiếng *Forrest Gump* (Tom Hanks đóng), chàng khờ Gump liên tục chạy bộ mỗi khi có vấn đề, và chạy như vậy giúp anh tìm ra khúc mắc trong cuộc sống của mình.

Còn suy nghĩ khi di chuyển thụ động thì sao?

Như khi chúng ta ngồi trên xe (do người khác lái) hoặc trên tàu, trên máy bay? Một số người sẽ bị say sóng hay say tàu nên khó nghĩ ngợi được gì. Một số khác, trong đó có tôi, suy nghĩ tốt hơn khi ngồi trên máy bay hay tàu. Trong phim *The Lincoln Lawyer*, luật sư Haller tìm ra câu trả lời cho những ca khó là lúc ngồi trên chiếc xe Lincoln.

Ngồi trên máy bay, nhìn ra cửa sổ, có khi tôi chỉ thấy một màu trắng xanh của bầu trời, hoặc đỏ thẫm của hoàng hôn, như vậy cũng khiến tôi thấy thú vị hơn là ngồi ở nhà. Tôi nhìn ra khoảng trời xanh thẳm đó, nhớ về quá khứ, tập trung vào hiện tại, và nghĩ về những dự án trong tương lai. Tôi viết sách một phần cũng trên những chuyến bay, giữa những giấc ngủ thiếp.

Giờ đây, tôi phát hiện thêm ngồi nhìn những ngọn sóng bạc đầu cuồn cuộn phía sau, nghe tiếng động cơ mạnh mẽ của tàu chạy cũng làm tôi nghĩ tốt hơn.

Tôi thấy mình như đang lướt êm ái trên chiếc thảm xanh lục, cảm nhận đại dương thật hùng vĩ nhưng cũng thật bình yên. Tôi thầm cảm ơn thuyền phó của mình đã nhanh học lái tàu để tôi có dịp ngồi cảm nhận cái đẹp của biển cả.

Và cứ thế, các cuốn sách tiếp tục ra đời.

Còn quý vị thì sao? Quý vị thấy mình suy nghĩ tốt hơn khi đang di chuyển hay ngồi yên?

Chà là và *Nghìn lẻ một đêm*

Lúc nhỏ, tôi rất mê truyện cổ tích *Nghìn lẻ một đêm*. Vừa đọc bản dịch trên giấy màu, vừa nhìn các hình vẽ minh họa, vừa tưởng tượng về đất nước Ba Tư (Iran ngày nay).

Ở xứ sở xa xôi đó, có vị vua tên là Shahriyar, cai trị đế chế Ba Tư rộng lớn từ Trung Đông sang châu Á. Lúc đầu, Shahriyar là một vị vua anh minh, nhưng vợ và các phi tần của ông ngoại tình nên ông đâm ra chán ghét và thù hận tất cả phụ nữ trên đời. Để trả thù, cứ mỗi ngày ông vua này cưới một cô gái, ngủ với cô ta một đêm, và sáng hôm sau thì giết. Kinh thành lúc này trở nên hoảng loạn vì ông vua này có thể tìm bất kỳ cô gái nào để làm vợ và sau đó giết chết.

Đến Sheherazade, con gái vị tể tướng, thấy kinh thành lâm nguy và rất nhiều phụ nữ bị sát hại, nàng tình nguyện xin làm vợ vua. Tể tướng sợ con gái bị giết nên tìm mọi cách can ngăn, nhưng cô con gái vẫn kiên quyết với ý định của mình. Như những lần trước, sau khi chăn gối, lúc vua định giết Sheherazade thì nàng kể chuyện cho vua nghe. Khi mặt trời mọc cũng là lúc đến đoạn hấp dẫn nhất, nàng liền ngừng kể. Ông vua vì tò mò ra lệnh khoan giết nàng để tối đến có thể tiếp tục nghe nàng kể chuyện.

Thế là Sheherazade liên tục kể cho vua nghe suốt gần ba năm trời (hơn một nghìn đêm) với hàng ngàn câu chuyện. Sau gần ba năm, vua dần không còn nóng nảy, ghét hờn phụ nữ thay vào đó, ông thương nàng Sheherazade và quyết định không giết nàng nữa.

Trong những câu chuyện nàng Sheherazade kể, tôi nhớ chuyện nàng kể về trái chà là, là một loại trái đặc trưng của vùng Trung Đông. Trái này ăn tươi, ăn khô, làm mứt hay làm gỏi đều được. Tôi bèn thắc mắc trái đó ăn thế nào.

Nhiều năm sau, tôi mới có dịp ăn trái chà là khô. Và bây giờ, trong vườn nhà tôi có trồng cây chà là. Năm nay, cây ra hoa, nở từng chùm trắng như hoa dừa. Vài chùm hoa nở, đậu được vài trái chà là con con. Nắng ghé qua, cộng thêm gió lớn, làm rụng mất chùm chà là con. Tôi nhìn buồng chà là xơ xác mà buồn đứt ruột.

Tưởng là tôi không có duyên ăn chà là tươi thì một hôm có người tặng vài chùm chà là vừa hái xuống. Tôi mừng quá, mân mê chùm chà là mới chín, bẻ thử một trái đưa lên miệng ăn, cảm nhận vị ngọt thanh dịu, có chút chan chát, rồi giòn tan trong miệng.

Tôi nhắm mắt, chợt nhớ đến xứ Ba Tư hồi xưa, có Aladin và cây đèn thần, có ông vua thích nghe kể chuyện, tưởng tượng mình đang ngồi trong hoàng cung dát vàng, buổi tối có ánh đèn le lói và giọng nàng Sheherazade thì thầm kể "hồi xửa hồi xưa…" …

Hàng xóm bên Mỹ

Sáng qua thăm bác hàng xóm, bác liền hỏi:

- Wow, hai con chó của con mau lớn quá? Con cho tụi nó ăn gì vậy?

- Dạ, đồ ăn Costco đó bác.

Lúc chào tạm biệt, bác hàng xóm nói theo:

- Thỉnh thoảng con ghé qua ăn mì Ý nhé.

Lúc mới từ Michigan dọn qua California, tôi nghe nói hàng xóm bên đây mạnh ai nấy sống, nhưng không phải nơi đâu cũng vậy. Tôi tin luôn có những hàng xóm dễ thương và tốt bụng xung quanh mình, những câu hỏi thăm, những nụ cười khiến buổi đi dạo của tôi càng thêm vui vẻ.

Đi trượt tuyết

Tôi sống ở Michigan hơn chục năm mà chỉ biết trượt tuyết bằng cách ngồi lên nắp thùng hay miếng nhựa, rồi trượt từ từ trên dốc cao xuống.

Hôm đi trượt tuyết tại Mammoth, California, về khách sạn khắp người tôi ê ẩm vì té lạch bạch như vịt.

Xem trên tivi thấy các vận động viên trượt tuyết từ con dốc cao chót vót, khom người trượt nhanh xuống vun vút, bẻ người dùng tay chống, lượn qua lượn lại, lách qua các khe hẹp, hàng cây thông, để lại phía sau vệt tuyết trắng xóa. Mà sao từ con dốc khoảng chừng năm độ, tôi cũng thử bẻ người, lướt qua trái một chút, rồi qua phải nhiều hơn vì mất trớn, và cuối cùng nhắm thẳng hàng cây thông, té chổng vó với đôi chân mang giày tuyết và hai miếng trượt nặng.

Nhưng trượt tuyết rất vui, nhất là đi chung một đám bạn nhiều người té chung.

Quý vị có thử chưa?

Tuyết California

Những ngày mới qua Holland, Michigan, tôi hồi hộp đợi tuyết.

Trước khi đi Mỹ, tôi nghe bạn bè kể tuyết bên Mỹ đẹp và mịn lắm. Tôi nhớ đến ly đá bào ba màu có nước đường bán buổi trưa đầu hẻm lúc còn ở Việt Nam mà nuốt hết miếng đá bào ngòn ngọt trong cổ họng vẫn còn thèm. Tôi nghĩ nếu có tuyết nhiều vậy làm đá bào ăn chắc là ngon lắm.

Nhà tôi qua Mỹ vào mùa thu, qua được mấy tuần thì tuyết rơi. Buổi sáng hôm đó, vừa ngái ngủ thức dậy đã nghe chị tôi la to:

- Tuyết rơi rồi kìa!

Cả nhà tôi ngước nhìn ra cửa sổ căn hộ vừa dọn vào. Từng đám tuyết li ti như bông gòn rơi lã chã trong buổi sáng mùa đông. Ba chị em tôi kéo cửa, đi ra ngoài ban công xòe tay ra hứng bông tuyết rơi trên bàn tay, rồi từ từ tan biến thành nước. Tôi không mặc áo lạnh, chạy hẳn xuống đường ở phía trước nhà để đón tuyết, hơi thất vọng vì tuyết rơi ít quá.

Vài tuần sau đó, tuyết Michigan rơi liên tục như mưa. Con đường uốn lượn phía trước nhà đóng băng, lầy lội trong tuyết, nước, và muối của xe rải muối. Thảm cỏ bên nhà hôm nào xanh rờn chỉ còn đống tuyết bước vào lún chân.

Tôi lạnh quá, quên mất ý tưởng lấy tuyết làm đá bào uống. Thay vào đó, tôi bắt đầu thấy bực vì tuyết làm mọi hoạt động trở nên rất vất vả và tôi bị trễ học do xe bị hư máy thường xuyên. Tôi chưa quen mặc đồ dày cho mùa đông, không quen cái lạnh Michigan nên bị cảm nằm nhà mấy hôm.

Nhiều năm sau, tôi quen dần với tuyết và mùa đông Michigan. Tôi bắt đầu thích cái đẹp lạnh lẽo, trong trẻo của xứ Ngũ Hồ. Tôi cũng biết cách khoét lỗ ngồi câu cá trên hồ đóng băng, câu dính cá nhưng không lấy lên được do lỗ đục nhỏ hơn con cá. Tôi thích sự bình yên sau cơn bão tuyết, thích ngắm nhìn ánh đèn vàng ấm áp trong những căn nhà với khung cảnh trắng xóa ngoài trời, và thích nắm tay lại khi đeo găng dày cộp. Khi đã bắt đầu quen và yêu thích mùa đông Michigan thì tôi dọn qua California.

Mỗi khi California vào đông, tôi hay đi lên dãy núi Wilson gần nhà để ngắm tuyết, hay xa hơn là chạy lên hồ Big Bear (hồ Gấu Bự), cách nhà tôi khoảng hai giờ lái xe.

Tuyết California mịn và nhẹ như bông gòn, không rơi dày đặc, không đóng băng, và không lạnh cóng như Michigan. Vậy mà tôi vẫn thích cái lạnh mạnh mẽ, dữ dội, nhưng êm đềm của mùa đông Michigan hơn.

Đột nhiên tôi thèm đá bào và thầm muốn có tuyết Michigan để làm ly đá bào đó. Ly đá bào vẫn sẽ có ba màu nhưng chắc sẽ pha ít đường hơn.

Move to Heaven: Dọn nhà lên thiên đường

Khi chúng ta chết đi, những đồ đạc chúng ta để lại nhắn gửi gì cho người thân và bạn bè?

Han Geu-ru, một thanh niên hai mươi tuổi bị hội chứng tự kỷ Asperger, sống cùng người cha đơn thân tại một góc phố nhỏ ở Seoul, Hàn Quốc. Công việc của hai cha con nhà Han là gom dọn đồ đạc những người đã chết, sau đó sắp xếp, sàng lọc, hay thiêu hủy đồ đạc theo yêu cầu của gia đình.

Những đồ này thường là hình kỷ niệm, vật dụng cá nhân, sổ tiết kiệm, hay quần áo sách vở. Những vật dường như bình thường với nhiều người nhưng lại là một bầu trời kỷ niệm với gia đình người quá cố. Mỗi cuộc đời trước khi mất đi đều có những trăn trở, ước nguyện, mà ít nhiều họ muốn để lại qua đồ vật.

Vì nhiều lý do, người thân của những người chết không thể dọn dẹp đồ đạc của người quá cố như có người đã chết quá lâu, xác phân hủy hay có người chết do án mạng khiến hiện trường máu me gây ám ảnh với người thân khi dọn.

Hai cha con nhà Han, vì vậy, tiếp xúc với những đồ vật này, đóng gói chúng cẩn thận, và chuẩn bị cho hành trình cuối cùng để lên thiên đường cùng với người quá cố.

Han Geu-ru, như những bệnh nhân Asperger khác, có một trí nhớ phi thường. Anh có thể nhìn mọi thứ chỉ qua một lần và nhớ rõ từng chi tiết. Do mắc bệnh Asperger, một bệnh rối loạn tự kỷ khiến cho bệnh nhân kém khả năng giao tiếp xã hội, Han Geu-ru luôn cần ba của mình che chở và giao tiếp ngoài xã hội.

Một lần đi ra ngoài, ba của Han Geu-ru lên cơn đau tim và mất đột ngột. Anh chàng hai mươi tuổi khiếm khuyết bỗng dưng mồ côi và không biết dựa vào ai.

Ở bên kia đường có cô hàng xóm Na-mu thấy tình cảnh hai cha con quá khổ nên cô hay giúp đỡ và bảo vệ Han Geu-ru khỏi bị bắt nạt. Lúc cha của Geu-ru mất thì Sang-gu, chú của Geu-ru, một thanh niên lêu lổng chuyên đánh boxing kiếm tiền xuất hiện.

Ba của Han Geu-ru, dường như linh tính trước sự ra đi đột ngột của mình, để lại di chúc nhờ chú Sang-gu giám hộ Han Geu-ru. Geu-ru tiếp tục công việc dọn dẹp đồ đạc của người quá cố từ ba mình, giờ có thêm người chú Sang-gu giúp đỡ.

Một lần dọn đồ cho bà Lee, một bà cụ lớn tuổi chết một mình ở nhà trọ không ai biết đã hai tuần, Han Geu-ru đã tìm ra ước nguyện khi mất của bà cụ sau khi súc rửa các tờ tiền, kết nối chúng với các tờ hóa đơn, và hàng chục cuộc điện thoại không có người nhận.

Qua việc này, Sang-gu bắt đầu nể phục Geu-ru và nhận ra tuy bị bệnh, Geu-ru vẫn làm việc cực kỳ hiệu quả và chuyên nghiệp. Na-mu, cô hàng xóm, cũng gia nhập nhóm Move to Heaven, giúp chuyển những đồ đạc cá nhân đi tiếp hành trình cuối cùng. Mỗi lần dọn đồ là một câu chuyện cảm động do người quá cố để lại.

Tôi tình cờ xem *Move to Heaven* (tựa tiếng Việt: *Hướng tới thiên đường*) và ấn tượng ngay về thông điệp nhân văn, cùng triết lý sống từ phim.

Không có các diễn viên siêu sao, không có cảnh thời trang bắt mắt như trong *Mine* (tựa tiếng Việt: *Sở hữu*), không hiện đại viễn tưởng như *Memories of Alhambra* (tựa tiếng Việt: *Ký ức Alhambra*), không drama như *Crash Landing on You* (tựa tiếng Việt: *Hạ cánh nơi anh*) nhưng *Move to Heaven* vẫn hấp dẫn và khiến tôi dán mắt lên màn hình mỗi tối trước khi ngủ để xem thông điệp kế tiếp mà người chết để lại là gì. Nếu có thời gian, quý vị hãy thử theo dõi bộ phim này cùng tôi nhé!

Chiếc xe bò tót, 610 mã lực

Má hỏi lý do tôi thích Lamborghini vì thấy chiếc xe này hơi nhỏ. Tôi định nói là xe rất mạnh, máy V10 5.2L phía sau với 610 mã lực, tốc độ nhanh, ôm cua tốt, âm thanh trầm ấm khi lên ga nghe đã tai, dáng xe đẹp, trẻ trung, góc cạnh đặc trưng, nội thất carbon,... nhưng nghĩ lại thấy giải thích kiểu này dài dòng quá nên tôi chỉ nói:

- Xe này chạy đã lắm má.

Đúng là khó giải thích hết về Lamborghini Huracan LP610, Ferrari 488, hay McLaren 650S trong một vài câu chữ.

Sau thế chiến II, doanh nhân người Ý tên Ferruccio Lamborghini, thành công trong việc lắp ráp máy cày từ các xe tải quân sự không sử dụng. Nghề bán máy cày phát đạt, giúp ông trở thành một doanh nhân giàu có. Khi có tiền, Ferruccio Lamborghini mua nhiều xe sang, trong đó có chiếc xe Ferrari, là một trong những xe sang và đẹp nhất lúc bấy giờ.

Tuy nhiên, chiếc Ferrari mua chạy chưa được bao lâu thì máy bị hư. Thay vì cứ đem xe Ferrari đi sửa hoài, Ferruccio quyết định tự sản xuất xe, dựa trên kinh nghiệm sản xuất và lắp ráp máy cày và xe tải quân sự. Ông còn thuê hẳn các kỹ sư của Ferrari về làm việc cho mình.

Năm 1963, hãng xe Lamborghini ra đời tại Sant'Agata Bolognese, Ý và chiếc xe đầu tiên sản xuất là Lamborghini 350 GTV, hai chỗ ngồi, máy V12. Ferruccio Lamborghini chọn logo cho hãng xe hình con bò tót, do ông vốn cung Kim Ngưu, ngoài ra biểu tượng này còn đại diện cho sức mạnh và tốc độ.

Ngày nay, Lamborghini là một trong những thương hiệu xe sang nhất thế giới, được biết đến khắp nơi nhờ động cơ mạnh, kiểu dáng khỏe khoắn, góc cạnh đặc trưng. Lamborghini có nhiều dòng xe, hay gặp là Gallardo (không còn sản xuất từ năm 2014), Huracan, Aventador, và Urus (SUV).

Khi ngồi vào tay lái Lamborghini, điều đầu tiên quý vị cần nhớ là chỉnh khung gầm lên cao khi chạy ra đường nhỏ vì xe có gầm rất thấp, dễ bị cọ quẹt nếu chạy trong đường nhỏ có nhiều dốc.

Xe còn có chế độ đua (Sport) hay muốn cảm giác mạnh hơn là chế độ đua track (Corsa), Lamborghini Huracan vọt từ 0 đến 62 mh (100 km/h) chỉ trong 3 giây. Khi nhấn ga, quý vị sẽ có cảm giác như đang rơi tốc độ cao trong trò tàu lượn siêu tốc Roller Coaster, tim và ngực bị ép lại, dán dính chặt vào ghế.

Chạy xong vài phút, cảm giác đã hưng phấn thì quý vị chuyển lại chế độ chạy bình thường (Strada), chiếc Lamborghini lúc này như con bò tót vừa đấu xong, ngoan ngoãn nhẹ nhàng gầm gừ từ từ chui vào gara, sẵn sàng cho cuộc đấu kế tiếp.

Ducati Classic Sport

Buổi sáng cuối tuần, loay hoay hơn mười phút tôi mới tìm được chỗ đậu xe ở một quán cà phê. Chạy vội vào quán, xin lỗi anh bạn vì đến trễ giờ, tôi hỏi ngay làm sao anh tìm được chỗ đậu xe hay vậy. Anh chỉ tủm tỉm cười và nói: *"Đi xe này thì lúc nào cũng có chỗ đậu"*. Nói xong anh chỉ ra đường.

Một em Ducati Classic Sport 1000 màu đen, ống xả đôi hai bên, bình xăng oval nhô cao hầm hố, đèn tròn long lanh kiểu cổ điển, khung sườn dáng cong chân dài đang nằm ngoan ngoãn bên lề đường.

Trước kia, tôi quan tâm nhiều đến dòng xe BWM S1000 RR, Yamaha R1, Ducati V4 nhưng hôm nay gặp em Classis Ducati Sport, tôi lại muốn trở thành người hoài cổ.

Dòng Classic Sport của hãng xe Ý sản xuất năm 2006-2009, dung tích 1000cc, gần 100 mã lực, chỉ có một chỗ ngồi nhưng dễ gắn thêm nhiều phụ tùng.

Em Ducati này anh bạn tôi gắn thêm bình dầu, đèn led xi nhan, bộ lọc khí, ống xả titan, nhưng nhìn vẫn đơn giản và đẹp. Ngồi lên em Ducati, tôi cảm nhận rõ đôi chân mình ôm sát bình xăng căng tròn. Bật khóa xe, nhấn nhẹ nút, xe rùng mình thức dậy. Tôi nhẹ lên ga, tiếng bô thanh, không chát, hòa vào cái nắng chói chang trưa hè California.

Hôm nọ đi chơi với người bạn chạy Hummer, tôi mua Hummer. Hôm nay gặp em Ducati cổ điển đẹp quá, tôi phải làm sao đây?

Cảm giác khi bay Boeing 737 MAX

Cách đây ba năm, chiếc Boeing 737 MAX của hãng Lion Air (JT 610) đâm xuống biển ngay sau khi cất cánh, cướp đi sinh mạng của toàn bộ 189 hành khách và phi hành đoàn. Vài tháng sau, tháng Ba năm 2019, chiếc Boeing 737 MAX của Ethiopian (ET302) cũng rớt xuống biển, khiến toàn bộ 157 hành khách và phi hành đoàn thiệt mạng.

Mấy hôm trước, tôi cũng vừa bay Boeing MAX 737 từ LAX đến Kansas. Cảm giác thật hồi hộp, từ lúc xe đẩy máy bay ra đường băng, tôi cứ lầm bầm cầu nguyện mong hệ thống MCAS[1] không gặp vấn đề gì.

---

1. Viết tắt của *Maneuvering Characteristics Augmentation System* là hệ thống tăng cường tính năng điều khiển bay.

 # MCAS là hệ thống góp phần gây lỗi chết người của hai chuyến Boeing MAX trước kia

Boeing 737 MAX là thế hệ thứ tư của dòng 737, một trong những dòng máy bay thành công nhất của Boeing. Dòng MAX có thêm động cơ lớn hơn, LEAP-1B, khiến máy bay có xu hướng ngóc đầu lên, nhất là trong lúc cất cánh. Hệ thống MCAS sẽ giúp máy bay chúi đầu xuống, cân bằng lại xu hướng này. Điểm quan trọng là MCAS là hệ thống tự động, có thể toàn quyền chủ động kéo đầu máy bay xuống.

Trước hai tai nạn xảy ra, Boeing không cung cấp hướng dẫn và tập huấn đầy đủ về MCAS. Các điều tra từ hai tai nạn cho thấy MCAS, nhận thông tin sai từ hệ thống cảm biến góc mũi (AOA sensor), góp phần gây tai nạn khi cả hai máy bay đều không thể điều khiển bởi phi công, tự cắm đầu xuống đất. Điều tra cũng cho thấy Boeing gian dối khi báo cáo về MCAS và cố tình xếp dòng 737 MAX giống như các dòng 737 đời trước, nhằm giảm các bước kiểm tra và nhanh chóng được chấp thuận từ FAA.

Sau tai nạn chết người này, cổ phiếu Boeing mất giá, hàng loạt hợp đồng 737 MAX bị hủy. Boeing mất khoảng 2,5 tỷ USD đền bù cho hai vụ kiện này.

Thay đổi hoàn toàn MCAS

Sau 20 tháng nằm đất, các kỹ sư của Boeing đã thay đổi MCAS bằng cách chỉ cho phép hệ thống MCAS can thiệp một lần, phi công hoàn toàn có thể kiểm soát máy bay mà không cần MCAS, và quan trọng hơn là có hai cảm biến góc (AOA) độc lập hai bên hông để bảo đảm góc cất cánh được đo chính xác. Các phi công cũng phải hoàn thành khóa học về MAX 737, trải qua kỳ thi thử và kiểm soát trong tình huống MCAS can thiệp.

Nhưng tôi vẫn cảm thấy hồi hộp khi bay 737 MAX

Lúc mua vé, tôi định bay dòng máy bay khác nhưng chuyến bay đến Kansas chủ yếu vẫn bay bằng 737 MAX. Sau khi đọc các cập nhật về MCAS cũng như xem các kiểm tra của FAA, tôi nghĩ mọi thứ chắc sẽ ổn. United cũng cập nhật các chứng chỉ về MAX 737 cũng như FAA đã cho phép bay trở lại. So với các dòng 737 trước, dòng MAX đẹp hơn, rộng hơn, có chỗ ngồi thoải mái hơn. Khi vừa vào bên trong máy bay, tôi đã có cảm giác không khí lọc sạch, ánh đèn led sáng dìu dịu trên trần, ghế ngồi thoải mái, chỗ để hành lý rộng rãi.

Sau khi máy bay đóng cửa và xe đẩy từ từ rời khỏi lồng hành khách, chiếc 737 MAX màu trắng ra đường lăn, ngay ngắn xếp hàng chờ đến lượt vào đường băng chính 25R/7L. Nhận lệnh cất cánh, phi công đẩy cần tay ga, hai động cơ GE hai bên cánh thổi 25,000 lbf đẩy chiếc máy bay Boeing rung nhè nhẹ rồi tăng tốc dần.

Tôi hồi hộp nhìn ra ngoài cửa sổ, khung cảnh bên ngoài thành phố bị bỏ lại nhanh dần về phía sau, tôi cảm nhận được máy bay đang từ từ cất cánh. Vừa ra khỏi đường băng, tôi đã thấy biển Thái Bình Dương bên dưới. Máy bay đảo nhẹ, tăng dần độ cao, và quay đầu hướng về vùng Midwest. Tim tôi vẫn đập nhanh, nhưng đã dần chậm lại khi máy bay đạt đến độ cao êm ái. Sau gần 15 phút, máy bay đã đến độ cao 33.000 feet. Tôi ngả người về sau ghế, thở phào nhẹ nhõm. Vậy là MCAS vẫn bình thường.

Chợt nghĩ đến ba năm trước, nếu như hãng Boeing cẩn thận hơn, lắp hai cái cảm biến sensor AOA hai bên, tập huấn phi công về MCAS, cũng như thông báo cho FAA đầy đủ thì có lẽ đã không có chuyện 346 người bỏ mạng oan uổng.

Tôi nhắm mắt, cố ngủ trong chuyến bay nhưng vẫn không ngủ được, hay là tôi vẫn chưa quen 737 MAX?

Trà hoa nữ

Dọn vào nhà mới, tôi trồng lại tất cả cây trong vườn theo kiểu vườn Việt Nam.

Tôi thay thế hai gốc cây thông cổ thụ hai người ôm bằng cây nhãn, sapôchê, và măng cầu. Tôi cũng định đốn bỏ hàng cây rậm rạp dọc theo lối đi quanh nhà, nhưng xem lại thấy hàng cây này có vẻ được trồng thẳng tắp ngay ngắn, lá cây nhìn giống hoa hồng nhưng thân cây chắc, to, và cao hơn cây hoa hồng nhiều. Thế là tôi quyết định giữ lại, chỉ cắt tỉa cành cho gọn gàng hơn.

Khi Tết chuẩn bị đến, hàng cây xanh lụp xụp, rậm rạp hôm nào bỗng thay da đổi thịt. Từ giữa những tán lá xanh nhú lên những búp măng nho nhỏ. Các búp này thoạt nhìn giống hoa hồng khi vừa nhú, nhưng ngày càng to dần, bằng cả nắm tay của tôi.

Sáng tinh mơ, tôi đi dạo trong vườn, chợt bừng tỉnh vì các búp hoa hôm kia đã nở thành những bông hoa trắng, hồng, và đỏ. Giữa màu hoa rực rỡ là những sợi nhụy vàng, cánh hoa rung rinh tráng lệ trong ánh ban mai. Như thói quen, tôi đưa mũi ngửi thử thì thấy hoa không có mùi gì. Tôi nhớ là mình đã xét nghiệm âm tính Covid-19 gần đây và vẫn ngửi được mùi tô phở xe lửa hay chén nước mắm bên đĩa cơm tấm sườn bì.

Vậy là hoa đẹp, nhưng không có mùi ấn tượng. Hôm sau, những cánh hoa trắng hồng, dịu dàng căng bóng mịn màng đã nhanh chóng vàng úa, rũ rượi. Vài bông hoa rơi rụng xuống đất trên nền cỏ xanh, để lại khoảng trống nho nhỏ giữa mảng lá xanh trên cành.

Trà hoa nữ (Camille), loài hoa vừa nở trong vườn nhà tôi, còn là tên một tiểu thuyết nổi tiếng của nhà văn Pháp Alexandre Dumas con. Cuốn tự truyện của ông kể về mối tình với kỹ nữ Marie Duplessis. Nàng kỹ nữ xinh đẹp nức tiếng Marie có biệt danh Trà hoa nữ vì nàng thường cầm theo hoa trà đỏ mỗi khi có kinh, ngụ ý chưa sẵn sàng làm tình, hay cầm theo hoa trắng khi nàng sẵn sàng tiếp đón người tình.

Một số học giả cho rằng nguyên nhân cái chết của Marie không phải bệnh lao, mà là bệnh giang mai (Syphilis), một bệnh lây nhiễm qua đường tình dục nổi tiếng tại châu Âu vào thế kỷ thứ 19.

Sáng nay, hoa trà lại tiếp tục rơi rụng trong vườn, báo hiệu mùa xuân đang đi qua. Tôi chợt nhớ đến câu thơ trong *Truyện Kiều* mà cụ Nguyễn Du viết về hoa trà.

Tiếc thay một đóa trà mi

Con ong đã tỏ đường đi lối về

Chim hôm thoi thóp về rừng

Đóa trà mi đã ngậm trăng nửa vành.

Hồn đô thị

Tạm biệt căn nhà ngoại ô có khu vườn đầy quả... chưa chín, tạm biệt tiếng chim ríu rít mỗi ngày và tiếng côn trùng vo ve mỗi tối, tôi dọn về trung tâm thành phố Los Angeles.

Những năm đầu tiên đến Los Angeles (LA) với 10 triệu dân, nhìn thành phố qua cửa sổ máy bay khi chuẩn bị đáp xuống đường băng 25R tại LAX, tôi thấy những mảng nhà dân thấp xen lẫn không gian rộng của những công viên và trường học, những trung tâm mua sắm nằm xen lẫn hệ thống xa lộ 710, 110 và 405.

Nói chung là nhìn chán.

Cho đến khi máy bay hạ dần độ cao, ở một góc nhỏ xa tít tận chân trời bên tay phải, chợt hiện ra một nhóm nhà vươn cao giữa khu đồng bằng. Đám nhà này mọc tua tủa lên trời như nấm mọc sau mưa. Đó là trung tâm downtown Los Angeles.

Khái niệm hồn đô thị được nói nhiều trong Kiến trúc nhưng ít ai định nghĩa chính xác được đó là gì.

Ai đến New York lần đầu sẽ cảm nhận ngay cái hồn đô thị khi vừa bước vào Manhattan, những dòng người mặc *suit* hối hả ngược xuôi trên khu phố chứng khoán Walls, những chiếc taxi màu vàng do dân nhập cư lái hối hả đến rồi đi, quẹo qua quẹo lại, loanh quanh tìm đường tắt. Len lỏi giữa khoảng xanh ít ỏi của New York (NYC) là những căn nhà chọc trời che khuất ánh nắng ban mai.

Kiến trúc của NYC cũng dễ nhận ra từ nhiều phía, kia là tòa nhà Empire State, kia là tháp WTC (mới và cũ), kia là tòa nhà Chrysler, dù là nhìn từ bên kia sông Hudson, sông East River, hay nhìn từ khu Brooklyn. Chinatown bất ngờ hiện ra, lọt thỏm chật chội giữa Manhattan khi vừa bước ra từ tàu điện ngầm đường Canal, với cổng rồng đỏ chói, khu chợ trời, và con đường đầy ắp người bán hàng. Công viên Central Park nằm vuông vức giữa thành phố với hồ nước, vườn thú, và bảo tàng. Những bậc thang tàu điện ngầm tấp nập, vội vã, đầy mùi mồ hôi, hay âm thanh của những nghệ sĩ đường phố. Tất cả tạo ra hồn đô thị đặc trưng cho New York City.

LA cũng có khu phố Walls, cũng có dòng người hối hả, cũng có những tòa nhà cao tầng. Nhưng tòa nhà LA không cao bằng NYC, và vì vậy, cảm giác ít ngộp hơn khi đi giữa lòng phố. Các tòa nhà downtown LA xây giãn nhau hơn, cho thêm chút màu xanh len lỏi vào những lối đi. Đường phố LA rộng hơn NYC, nên đêm đến vẫn có chỗ cho những cuộc đua xe bão táp có tiếng bô máy V12 độ thêm chất Nitro vang gầm như trong phim *Fast and Furious*.

LA có rất nhiều bảo tàng, trên 250 bảo tàng, và tên bảo tàng nào cũng dễ nhớ như bảo tàng Cái Chết hay bảo tàng Chia Tay Tình Yêu. Cũng như NYC, LA có phố thời trang (Fashion district), phố vàng bạc (Jewelry district), đặc biệt còn có hẳn cả một phố nghệ thuật (Arts district), nơi các nghệ sĩ và diễn viên đường phố chơi nhạc ngay trên đường thay vì ở dưới hầm xe điện như New York City.

Kiến trúc LA về đêm cũng dễ nhận ra, kia là tòa Korea Airline Tower kính trong và đèn led chạy dọc, kia là tòa Bank of America có sọc thẳng vuông vức, kia là tòa US Bank dáng tròn tròn, kia là Gas Towner hay Aon. Những năm gần đây, khi downtown LA xây thêm hàng chục tòa nhà cao tầng như Wilshire Grand hay Oceanside thì khu vực này ngày càng chật chội. Xen lẫn giữa các khu nhà cao tầng là những nhà hàng được gắn sao Michelin như Orsa & Winston hay Shibumi ngon tuyệt.

Nhưng thành phố LA cũng có nhiều người vô gia cư. Buổi tối về nhà, tôi lái xe xuyên qua khu phố xập xệ trước khi vào khu phố tài chính. Dưới xa lộ là hàng trăm chiếc lều nằm lặng lẽ san sát nhau. Mái nhọn của những chiếc lều vải, vài cây cọc tạm người vô gia cư dựng vội bên lề đường, chia chỉa nhọn hoắt trong bầu trời đêm như muốn đâm vào nền những tòa nhà cao ốc lung linh phía sau.

Buổi tối, tôi cuộn mình trong chăn ấm, nhìn ra cửa sổ về nơi xa xăm, nơi thỉnh thoảng có những vệt đèn, đốm sáng bừng cháy như những thiên thần bay trong thành phố, đúng như tên gọi của thành phố Los Angeles.

Hồn đô thị của Los Angeles không rõ ràng như New York City nhưng lại có sức cuốn hút mãnh liệt khi có người chịu bỏ thời gian tìm kiếm.

Chủ nhật làm biếng

Los Angeles vào xuân có những cơn mưa dai dẳng kéo dài từ nửa đêm đến sáng.

Tôi co mình trong tấm chăn dày, hai chân cào cào vào đệm, cảm nhận cái lành lạnh mát dịu của tấm ga giường áp vào người, nằm lặng nghe tiếng mưa rơi lộp độp ngoài hiên rồi chìm vào giấc ngủ lúc nào không biết.

Sáng sớm, mưa vẫn còn lắc rắc. Qua một đêm, khoảng sân xi măng xám trước nhà như sáng hơn một chút, mặt sân sạch bóng như vừa được đánh xong. Vườn cây sau cơn mưa như được phun thêm một lớp màu xanh. Vài nhánh cây con đã hé nụ. Bóng xuân đã hiện ra nơi đầu ngõ. Có chú ong vo ve bay là đà vờn cánh hoa trong khu vườn đang dần bừng lên sắc màu.

Có những ngày Chủ nhật như vậy. Tôi ngủ thật đã, chỉ ăn, làm biếng, nằm, và viết linh tinh.

Sau một thời gian tập tành viết lách, tôi cảm nhận ngòi bút có sức hút và ảnh hưởng thế nào. Tôi tập cho mình viết tốt hơn, có ý tưởng rõ ràng hơn, và cách truyền thông điệp mạnh mẽ hơn.

Chợt nhớ đến Cụ Chiểu ngày xưa:

Chở bao nhiêu đạo thuyền không khẳm

Đâm mấy thằng gian bút chẳng tà.

PHẦN 2:

Ba ơi, tuốt phía bên kia cầu là gì?

Chiếc Honda 67

Hôm nọ ngồi lên chiếc Ducati 803 phân khối, nhìn bình xăng to tướng, tôi tự hỏi có thằng bé nào có thể ngồi lên chỗ này, có gia đình nào có thể đèo cả nhà trên chiếc xe gắn máy như nhà tôi lúc xưa.

Ngày ấy, ngồi phía trước bình xăng là thằng em tôi, rồi đến tôi, đến ba tôi, chị tôi, và sau cùng là má tôi. Chiếc Honda 67 năm mươi phân khối đang lên ga chở cả nhà tôi từ Cái Dầy về Bạc Liêu ăn Tết. Ngồi trên bình xăng xe, tôi háo hức nhìn về con đường xa tắp phía trước trong lúc vừa ngoẹo đầu qua một bên để né thằng em phía trước, vừa tránh che khuất tầm nhìn của ba. Xe càng chạy nhanh, cả người tôi cũng run bần bật theo tiếng máy trong lúc đôi chân bên dưới quờ quạng không biết gác vào đâu. Tôi không dám gác lên máy xe đang nóng vì sợ làm hư đôi dép mới.

Mỗi khi xe gặp ổ gà, cả người tôi như bị nhấc bổng lên, sau đó rơi bịch xuống cái bình xăng bóng loáng, gần như kẹt cứng giữa ba tôi và bình xăng. Thế là ba bèn nhẹ nhàng ưỡn người đẩy hai anh em tôi về lại vị trí bình xăng rồi chạy tiếp. Tôi đoán má tôi ngồi phía sau chắc phải vịn chặt dữ lắm vì yên xe Honda rất ngắn.

Xe vừa đến thị xã, con đường trung tâm đã nở rộ những khóm vạn thọ vàng ánh, sáng rực trong buổi sớm mùa xuân. Xác pháo đỏ nằm rải rác hai bên đường, mùi khói pháo vẫn còn vương đâu đây, hòa quyện vào mùi đất năm mới. Ba tôi tiếp tục lái xe về hướng Cầu Quay, rồi lên ga lấy trớn để chạy lên dốc. Chiếc xe kêu hự hự vài tiếng rồi rú lên, ráng lê lết lên con dốc cao chở cả năm người nhà tôi qua cầu.

Sở dĩ tôi thích chiếc Honda 67 là vì có cái bình xăng bự, là chỗ ngồi yêu thích của tôi, mặc dù ghế ngồi này không êm tí nào. Tôi cũng thích luôn bảng số xe: 69 FH-4833. Ba tôi giải thích 69 là bảng số của tỉnh Minh Hải (sau này tách ra hai tỉnh Cà Mau số 69 và Bạc Liêu số 94).

Khi tôi lớn thêm một chút thì cả nhà không còn ngồi khít trên chiếc Honda nữa. Tôi thay ba làm tài xế chở má đi chợ Tết, vẫn trên chiếc Honda 67 ngày nào.

Sau nhiều năm ở Mỹ không chạy xe máy, tôi tìm mua chiếc xe có bình xăng bự như hồi xưa. Dường như khi lớn lên, người ta hay tìm về những cảm giác yên bình của quá khứ. Tôi nhận ra xe máy bên Mỹ bình xăng còn to gấp nhiều lần so với chiếc Honda 67 nhà tôi. Đội nón bảo hiểm vào, đề máy xe, bóp côn, rồi đạp số 1. Chiếc xe giật nhẹ vài cái y như lúc ba tôi đạp số 1 chiếc Honda 67 hồi trước. Tôi rồ ga, chiếc Ducati có bình xăng to bự nhẹ nhàng lướt đi trong buổi sáng mùa xuân California, nhớ lại cảm giác năm người đèo nhau về Bạc Liêu ăn Tết.

Mưa nắng

Đã lâu rồi tôi mới bắt gặp mưa nắng.

Lúc nhỏ, khi nghe ba tôi nói hôm nay có mưa nắng, tôi ngạc nhiên hỏi:

- Ủa, ngộ vậy ba! Mưa nắng là vừa có mưa vừa có nắng hả ba? Con nghe nói là khi trời sắp mưa thường chuyển xám, nắng tắt hết, còn khi mưa sắp tạnh thì nắng mới lên.

- Ừ, có những thứ tưởng như ngược đời nhưng vẫn có thể tồn tại chung như là mưa và nắng. Ba tôi gật gù nói.

Sáng nay, tôi thức dậy khi trời California đang mưa nắng.

Từng tia nắng buổi sáng lấp lánh trên mặt hồ bơi, lung linh theo những giọt nước rơi nhè nhẹ trên bề mặt. Hai con chó chạy quấn quýt vòng quanh hồ mỗi khi có cơn gió lớn thổi qua hàng rào. Chạy một hồi cũng mệt, tụi nó ngồi lại bên ngoài cửa kính nhìn tôi chờ đợi.

Tôi ôm mền gối, nằm bệt hẳn trên sàn nhà nhìn ra ngoài trời, sau đó lúi húi bật laptop để viết sách, tận hưởng cảm giác hai thứ ngược đời là mưa và nắng đang cùng xuất hiện.

Từ lâu, viết lách là một thú vui của tôi. Nơi đây, trí tưởng tượng của tôi bay bổng từ thế giới này qua thế giới khác. Lúc thì quay trở về thuở bé thơ, khi say sưa trong công việc hiện tại, hay những tưởng tượng khác về cuộc sống.

Nhưng làm sao kết nối những tưởng tượng thành câu chuyện thú vị, có đoạn gay cấn, mâu thuẫn, để người đọc thấy mình trong đó, thấy thỏa mãn hay bực dọc khi đọc xong là điều không dễ dàng.

Càng viết, tôi càng thấy viết văn hay thật là khó. Có chuyện tôi viết gần xong, phải xóa đi gần nửa vì đọc lại thấy chán quá. Có đoạn tôi mô tả cảnh giường chiếu, đọc lại thấy mình vẫn chưa lột tả được cái đẹp của sắc giới.

Nắng bên ngoài đang nhạt dần, mưa dường như nặng hạt hơn. Mặt hồ bắt đầu có những con sóng nho nhỏ. Bầu trời cũng dần sập tối mặc dù là buổi ban trưa.

Viết được vài trang, tôi há miệng ngáp, thấy thèm ngủ thêm một giấc, bèn gấp laptop lại. Thôi thì tưởng tượng tiếp trong cơn mơ vẫn dễ hơn nằm trên sàn nhà viết ra trí tưởng tượng.

Thế là tôi nằm ôm gối lim dim, bên ngoài chỉ còn tiếng mưa rơi tí tách, không còn giọt nắng nào.

Cứu công chúa

Lần đầu tôi xem Mario đi cứu công chúa là lúc ba tôi dẫn mấy chị em đi chơi trong công viên thị xã. Dọc theo con đường Trần Phú, con đường lớn nhất thị xã Bạc Liêu, là hai hàng cây cổ thụ, tán lá xum xuê, bên dưới là những căn chòi nhỏ bán nước, đồ chơi, và game Nintendo.

Ba tôi dẫn cả đám chị em đi qua một căn chòi nhỏ có tiếng nhạc vui vẻ phát ra, vây quanh là đám con nít. Ở giữa căn chòi, đặt trang trọng tại trung tâm trên chiếc kệ gỗ cao là chiếc tivi màu JVC 14 inch, bên cạnh là đầu máy điện tử có hai sợi dây dài. Bên dưới băng ghế gỗ là một đám con nít chen nhau đứa đứng đứa ngồi, mắt tập trung nhìn vào màn hình chiếu anh chàng Mario lùn có râu, đội nón đỏ nhảy nhảy đạp đầu con rùa, ăn nấm biến thành áo trắng có súng bắn té ngửa mấy con mặt bự, chân lùn bò theo hàng ngang.

Tôi mê chơi game từ đó.

Nhà tôi lúc này đang ở trọ, ba má tôi khi ấy đang tìm mua nhà gần chợ Bạc Liêu. Ở bên kia đường nhà tôi có tiệm điện tử Nintendo mới mở của chú Ngọc. Tôi và cả đám con nít trong xóm thường la cà ra đó chơi game. Tôi mê game đến nỗi có lần cuối tuần nhịn ăn sáng, lấy tiền ngồi chơi được hơn một tiếng đồng hồ, bấm mỏi cả hai tay mà vẫn chưa thấy đã mặc dù bụng đói cồn cào. Má không thích tôi chơi game nên dọa cắt tiền ăn sáng nếu tôi chơi nhiều. Ba tôi thì ngược lại, miễn là tôi học tốt ở trường.

Lên Sài Gòn học, khi có máy vi tính 15 inch màn hình vuông, nặng khiêng không nổi, tôi bèn cài nhiều game vào máy chơi cho đã. Lúc này tôi không còn đi cứu công chúa nữa. Thay vào đó, tôi xây dựng "đế chế" của mình qua game chiến thuật *Ages of Empire*. Thỉnh thoảng, tôi và mấy thằng bạn cùng phòng chơi *Ages of Empire* ngày đêm, gặm bánh mì trừ cơm quyết tâm xây nghiệp lớn. Mấy hôm sau khi máy tính bị *crash*, nghiệp lớn đâu chưa thấy mà thằng nào cũng ốm nhom, bụng đói cồn cào, mắt thâm quầng vì thức đêm "dựng nước" đem quân đi chinh phục bờ cõi.

Hôm nay mặc áo Mario, tôi nhớ lại ngày xưa, ngày đầu tiên ba tôi dẫn mấy chị em đi coi game Nintendo, thấy cuộc đời đã trôi qua quá nửa. Nhân ngày của cha, chúc tất cả những ba, bố, cha, thầy, thân phụ, phụ thân, bọ luôn có sức khỏe và bình yên, là chỗ dựa vững chắc của gia đình quý vị.

Thay bugi

Hồi nhỏ, mỗi lần nghe ba tôi nói thay bugi dọc đường là tôi rất chán.

Hồi ấy, ba hay chạy chiếc Honda 67 chở gia đình năm người từ Cái Dầy lên Bạc Liêu. Từ con đường quốc lộ phía trước vào được bên trong nhà phải đi qua một đoạn đường xuống dốc sát chân cầu. Con đường mùa mưa, sình lầy khiến cả nhà tôi phải nhảy xuống đẩy xe. Cũng vì con đường này mà xe ba tôi ngập nước thường xuyên, nên phải thay hay chùi bugi.

- Bugi là gì hả ba?

Tôi ngồi kế bên, thắc mắc khi ba tôi chống xe, loay hoay mở cái cốp bên hông hình chữ nhật hơi xéo bên dưới sườn xe. Buổi sáng, cả nhà chuẩn bị đi xuống chợ thị xã, mà vừa chạy xe Honda qua con đường lầy lội thì máy đã tắt.

- Bugi là cái làm máy xe chạy, phải có bugi thì xe mới chạy.

- Mình thay bugi là máy chạy hả ba? – Tôi hỏi tiếp.

- Ừa.

Ba tôi trả lời cho qua vì nãy giờ đạp máy đổ mồ hôi ròng lưng mà xe vẫn chưa chạy. Sau đó, ông nhanh chóng lấy bọc đồ nghề ra, loay hoay tháo bugi xem xét. Ba tôi lấy vải bọc lại, chùi kỹ đầu bugi, rồi lắc lắc vài cái xem còn nước không mới lấy cái bugi khác, nhìn có vẻ mới hơn, thay vào chiếc cũ.

- Xe mình nhiều bugi không ba?

Tôi thắc mắc vì nhìn xung quanh máy không thấy cái nào giống cái bugi này.

- Một cái bugi là đủ mệt rồi con.

Ba tôi vừa càu nhàu vừa vặn bugi vào.

....

Hôm nay, tôi thay bugi cho tàu theo lịch trình bảo dưỡng, thường là máy tàu chạy trên

200 giờ. Bảo trì tàu phức tạp hơn bảo trì xe vì điều kiện sóng với gió biển mau làm mòn máy móc, chưa kể máy tàu chạy rất nóng, được làm lạnh bằng công nghệ khác máy xe.

Hệ thống điện tử kết hợp 12V và 110V trên tàu khiến bảo trì điện tử thêm phức tạp. Với hai máy tàu trong không gian chật hẹp, thay bugi như đi bắt ốc, phải làm từng con một. Những chiếc bugi bên ngoài thay thì dễ, nhưng để thay những chiếc bugi bên trong hốc máy là cả một nghệ thuật.

Và nghệ thuật ấy được thực hiện bởi "thuyền phó" của tôi là Andrew. Dây nối bugi của tàu làm từ loại dây đặc biệt nên dùng tay thì khó vặn, dùng kềm thì sợ đứt hay tổn thương dây điện (như tổn thương dây thần kinh trong gai cột sống lưng). Anh chàng Andrew này tập thể dục đầy đủ nên vừa đủ sức xoay vặn mình, len lỏi vào bên trong thay bugi bằng cảm giác. Khi ấy, chỉ có bàn tay mò mẫm tìm dây nối, tìm đầu bugi, và từ từ tháo ra thay vào.

Tôi ngồi bên chăm chú quan sát Andrew tháo bugi mà nhớ lại ba tôi ngày đó. Nếu có ông ở đây không biết ba có tháo bọc đồ nghề ra giúp tôi xoay xoay vặn vặn, còn tôi sẽ nhỏ lại như thằng bé thuở ấy nghiêng đầu hỏi *"Bugi là gì hở ba?"*.

Hoa vú sữa

Sáng nay, những cánh hoa vú sữa li ti bắt đầu rơi rụng, báo hiệu thời tiết có thể ảnh hưởng đến khả năng ra trái của cây.

Từ nhỏ tôi đã thích ăn vú sữa. Lần đầu vào vườn vú sữa của người bà con ở Ô Môn, Cần Thơ, tôi đã giật mình vì không ngờ cây vú sữa lớn vậy. Cây cao chót vót, tán lá um tùm vươn rộng, che hẳn ra ngoài con kênh nhỏ trước nhà. Lẫn trong tán lá là những trái vú sữa vào mùa, da bắt đầu căng bóng dưới ánh nắng mai như cô gái thôn quê vừa vào tuổi dậy thì.

Tôi cũng học cách ăn vú sữa từ người anh họ, nghĩa là phải vắt ra sữa rồi mới ăn thịt của trái. Anh chỉ tôi cách tìm những trái vú sữa chín, khi da ngoài bắt đầu căng bóng, tròn đều hai bên, cùi trái hơi thụt vào trong và có mùi thơm nhè nhẹ khi ngửi.

Sau khi tìm được trái vú sữa chín cây, tôi bẻ xuống, bóp nhẹ bên ngoài cho đến khi trái mềm dần mới rút cùi trái ra. Tôi ngửa cổ, húp xì xụp từng giọt trắng đục ngọt ngào tươi mới bên trong rồi bẻ làm đôi. Lúc này những múi thịt trắng nõn, lờ mờ bên dưới là vài hạt đen hiện ra. Tôi lột ngược trái vú sữa từ trong ra ngoài, đưa những miếng thịt thơm lên miệng cắn ngon lành. Lần đó, tôi ăn một lượt năm trái, no đến nỗi không buồn ăn cơm.

Tôi muốn trồng vú sữa trong vườn nhà đã lâu nhưng khí hậu Los Angeles mùa đông thường lạnh lẽo nên không phù hợp. Mấy năm trước, tôi có trồng thử vú sữa nhưng cây nhỏ, không trổ bông, và không sống nổi qua mùa đông. Năm nay, tôi trồng cây vú sữa bự hơn, gốc lớn, cành cao, đặc biệt là cây vừa ra hoa mấy tuần nay, làm tôi bùng lên hy vọng cây sẽ có trái.

Có người nói là trồng vú sữa ở Cali mà cây có bông đã là hên lắm, nói chi là cây có trái. Tôi thì không biết hên hay xui, chỉ biết tiếp tục trồng. Vì dẫu rằng có thể cây vú sữa vườn nhà không có trái, hay thậm chí không có cả bông, thì với tôi, trồng được cây đã là vui rồi.

Cuộc đời này đâu cần phải đạt được mục tiêu hay đi đến đích mới là thành công. Đôi khi chỉ cần dám bước đi và nhìn về hướng đích cũng đủ mãn nguyện rồi.

Xoài chín nắng

Tôi thích màu vàng của xoài vừa chín nắng, cái màu không lẫn vào đâu được trong tán lá xanh um tùm.

Nhà tôi lúc ở Cái Dầy, Bạc Liêu có bốn cây xoài cổ thụ. Mỗi cây đều cao to, vươn cành lá che chắn cho căn nhà mái tôn bên dưới. Cây xoài cát gần cửa nhà có cành lá um tùm nhất, che gần hết một nửa mái tôn phía trước. Buổi trưa đi học về, tôi trèo lên cây xoài, rón người bước nhẹ lên mái tôn, nằm gác tay lơ đãng nhìn trời xanh qua kẽ nắng.

Mùa xoài chín, từng chùm trái to bự cứ cạ vào mái tôn theo từng cơn gió. Ban đêm, cứ có gió mạnh thổi qua là xoài rụng lộp độp trên mái nhà, lăn tròn mấy vòng rồi rơi xuống sân.

Trái xoài vừa chín nắng thì dần chuyển màu, từ xanh lá cây có chút vàng nhẹ, sau đó chuyển sang vàng rám nắng, có khi vàng ửng hồng như má cô gái tuổi trăng tròn. Dù vỏ ngoài chỉ là màu xanh điểm chút vàng, nhưng bên trong thịt xoài đã chín ươm thơm phức.

Thuở ấy, xoài nhà tôi chín nhiều đến nỗi tôi ăn hoài không hết. Bởi vậy tôi hay nằm gác chân trên mái nhà, đưa trái xoài chín nắng lên cắn chỗ đầu cuống trái, rồi lột vỏ, ngoạm vào phần thịt hai bên hông dày cơm rồi quăng bỏ phần còn lại của trái.

Sáng nay nhìn từng chùm xoài chín cây, tôi hái vào cắt ra, tận hưởng vị ngọt vàng trong sáng mùa thu, lòng tự hỏi không biết khi nào cây xoài này mới thành cổ thụ như cây xoài hồi xưa của nhà tôi?

Đời cô Lựu

Không biết từ khi nào tôi hay nghĩ về cô Lựu mỗi khi cầm trái Lựu

Hồi nhỏ, nghe ngoại tôi kể thì *Đời cô Lựu* là một vở cải lương nổi tiếng trước năm 1975 ở miền Nam, kể về cuộc đời sóng gió của một cô gái rất đẹp. Lúc đó, tôi chỉ biết đại khái là cô Lựu đẹp và sau này đi tu. Đến khi xem vở cải lương *Đời cô Lựu* (do nghệ sĩ Bạch Tuyết đóng), tôi dần hiểu ra câu chuyện. Cô Lựu vốn là vợ của một tá điền làm cho Hội đồng Thăng thời Pháp thuộc.

Thấy cô Lựu đẹp nên Hội đồng Thăng lập mưu ám hại anh chàng tá điền vào tù rồi đem cô về làm vợ. Lúc về làm vợ Hội đồng Thăng thì cô Lựu đã mang thai với chồng cũ. Sau khi sinh con trai, Hội đồng Thăng mang người con giấu vào cô nhi viện, nói với cô Lựu là con cô đã chết. Đứa con trai may mắn lớn lên tìm được người cha là tá điền vừa mãn hạn tù trở về. Ông chồng cũ tìm đến cô Lựu, buộc cô phải đưa một số tiền lớn, nếu không ông sẽ trả thù.

Lúc này, cô Lựu đã sinh thêm đứa con gái với Hội đồng Thăng. Nghe mẹ kể câu chuyện chồng cũ và con trai nên người con gái động lòng, lấy nữ trang trong nhà đem bán để giúp mẹ. Ngày nhận tiền, người con trai nhận ra em gái, thương cảnh cha mẹ ly tán và nể phục người em gái cùng mẹ nên anh quyết không nhận tiền. Lúc đôi bên đang đôi co thì chồng của người con gái xuất hiện, nghi ngờ người con trai là người yêu của vợ nên cãi vã, và bắn người con trai.

Cả nhà đưa con trai cô Lựu vào bệnh viện, lúc đó thì chồng cũ là ông tá điền, chồng sau này là ông Hội đồng Thăng, vợ chồng người con gái, và con trai cùng gặp nhau. Con trai của cô Lựu giận chuyện ba mình bị người của Hội đồng Thăng ám hại năm xưa nên lớn tiếng cãi vã, rồi đâm chết Hội đồng Thăng. Cô em gái phát điên khi thấy cảnh anh trai cùng mẹ khác cha giết cha ruột. Kết thúc vở cải lương, Cô Lựu cho rằng mọi ngang trái trong gia đình là do mình nên cô nguyện cắt tóc đi tu.

…

Tôi thấy cây Lựu lần đầu khi theo má xuống chợ Bạc Liêu vào nhà Ý (dì) Hen, một người quen.

Cây lá nhỏ, nhiều nhánh, dáng mảnh, cành cong vút, oằn xuống vì nặng trĩu trái. Màu đỏ vàng láng bóng căng cứng của trái lựu nổi bật trên nền xanh của lá trong ánh chiều. Thấy tôi nhìn cây lựu thích thú, Ý Hen hỏi tôi có muốn ăn thử trái lựu không. Tôi vội gật đầu. Ý Hen bẻ một trái lựu to nhất, màu đỏ thẫm, da căng bóng, lấy dao xẻ trái lựu ra làm đôi đưa tôi và dặn:

- Con ăn nhai kỹ, đừng nuốt hột.

Tôi nhìn trái lựu vừa xẻ đôi. Hàng trăm hạt lựu hồng ngọc mọng nước nằm chen chúc bên trong lớp vỏ lựu mỏng mảnh. Tôi đưa cả nửa trái lựu lên miệng, húp chất nước chua ngọt mát lạnh chảy ra từ khe nhỏ. Tôi cảm nhận được có nước xịt ra từ những hạt hồng ngọc, thêm cái đăng đắng của vỏ trái lựu khi há miệng cắn vào.

Ý Hen dặn tôi lấy lưỡi lùa hột lựu nhả ra, mà hột lựu thì nhiều quá làm sao tôi lùa hết trong miệng. Thời đó, tôi còn sợ lỡ nuốt hột lựu vào bụng, nó mọc lên thành cây lựu, rồi có nhiều trái tròn bụ thế này chắc tôi chết.

Nên cắn thêm vài nhát nữa, tôi bỗng thấy ăn lựu vậy làm biếng quá. Đến sau này, tôi mới biết là có thể ăn cả hột, chỉ cần nhai kỹ.

Nhìn cây lựu dáng đẹp, trái tròn vỏ đẹp, bên trong thì đỏ óng những hạt ngọc long lanh chen chút, nhưng ăn vào thì khó nuốt. Bù lại, trái lựu có nhiều chất dinh dưỡng gồm vitamin C, K, Folate, Kali, và Flavonoid. Đặc biệt, hạt lựu có tính chống oxy hóa cao gấp ba lần so với rượu đỏ. Nước ép lựu có tác dụng giảm viêm sưng nên giúp giảm đau trong các bệnh xương khớp khi dùng vừa phải. Nước lựu cũng có thể giảm cao huyết áp nên bệnh nhân khi uống thuốc cao huyết áp cần cẩn thận khi dùng trái này vì có thể làm giảm huyết áp thêm.

Có lẽ trái lựu giống như cô Lựu năm xưa xinh đẹp, nhiều tố chất, nhưng bên trong có số phận đầy trắc trở.

Trứng cá

Lần đầu tôi ăn trái trứng cá là do bé Hai ở trong xóm bày cho.

- Cho anh nè, trái này ăn ngon lắm.

Bé Hai đưa cho tôi một trái tròn bóng màu đỏ, cuống dài, có một chấm đen đen ở dưới đáy.

- Ăn sao hả mày? – Tôi cầm ngập ngừng hỏi.

- Anh bẻ cuống ra, đưa lên miệng, bóp mạnh thịt ở bên trong trái xịt ra, đừng ăn vỏ.

Tôi làm theo, bẻ cuống, đưa trái đỏ đỏ lên miệng bóp. Một dòng nước mát lạnh bùi bùi kèm theo những hạt nhỏ xịt vào miệng làm tôi sảng khoái giữa mùa hè.

- Trái gì ngon vậy bé Hai?

- Trái trứng cá.

- Sao gọi là trứng cá? – Tôi thắc mắc.

- Chắc là bên trong trái có hột trắng nho nhỏ nhìn giống trứng cá. – Bé Hai suy nghĩ rồi trả lời.

- Trứng cá nào mày biết không? – Tôi hỏi tiếp.

- Hì hì, em không biết – Bé Hai cười, khoe hàm răng sún.

Nhiều năm sau, tôi vẫn thắc mắc là trứng cá loại gì nhìn giống bên trong trái trứng cá. Tôi đoán là hạt bên trong cây trứng cá nhìn giống trứng cá chốt khi ăn cơm cá chốt kho sả ớt ngoại tôi nấu. Cá chốt Bạc Liêu nhỏ chỉ bằng ngón tay nhưng bụng to phình gần bằng thân cá khi vào mùa đẻ trứng. Bên trong bụng cá là hai bịch trứng bự, màu vàng tươi lúc chưa kho với sả ớt. Trứng cá chốt ăn béo bùi, trộn lẫn với vị mặn của nước mắm, đường, vị cay của ớt, mùi thơm của sả tươi làm tôi nhớ hoài.

Tôi cũng nghĩ trứng cá lóc nhìn giống trái trứng cá vì khi nấu canh chua, vài hạt trứng cá vàng nổi lều bều giữa cọng ngò, bạc hà, giá, và khóm. Nhưng giống nhất có lẽ là trứng cá lia thia vừa đẻ. Từng chùm trứng trắng vàng nho nhỏ dập dềnh trong đống nước bọt do cá trống làm tổ nhìn y hệt hạt trái trứng cá.

Hôm nay ra vườn nhà, nhìn cây trứng cá, tôi vẫn còn thắc mắc là mấy hạt bên trong giống loại trứng cá nào?

Suy nghĩ một lát, tôi bẻ cuống, bóp nhẹ vào trái. Vẫn dòng nước màu vàng ngon ngọt chảy ra kèm theo các hạt trăng trắng. Nhưng lần này, tôi thấy mấy hạt trắng này quen hơn.

À, thì ra mấy hạt trắng vàng này giống mụn trứng cá, loại bệnh mà tôi hay chữa đây mà.

Chè bưởi

Trời tối om, tôi lẽo đẽo theo ba, hai chân lần mò đi ngược lên dốc cầu tìm quán chè bưởi.

Nhà tôi nằm dưới mé sông sát cầu Cái Dây. Căn nhà nằm lọt thỏm giữa hàng dừa trước sân và những cây xoài cổ thụ xung quanh nhà. Để đi bộ lên cầu, tôi phải đi ngược về hướng dốc cầu, leo lên một con dốc đất nhỏ mới đến mặt đường quốc lộ, sau đó bẻ cua 180 độ rồi đi bộ tiếp. Hằng ngày, tôi vẫn hay chạy nhảy cùng con Mực ở con dốc này nên buổi tối khi đi với ba, không cần đèn rọi tôi vẫn nhớ được đường. Biết tôi thích ăn chè nên nghe má tôi nói có quán chè bưởi lạnh mới mở trên cầu, ba liền dẫn chị em tôi đi ăn.

Vừa lên gần hết con dốc, tôi đã thấy mấy bộ bàn ghế ở hành lang đi bộ trên cầu. Lúc này cầu Cái Dây là loại cầu cũ, xây từ trước năm 1975. Hai bên cầu là hành lang dành cho người đi bộ được xây cao hơn mặt đường. Hàng rào cầu là những cột xi măng hình vuông sơn đỏ trắng to đùng, giữa là những thanh lan can ống sắt tròn nối những cây cột vuông. Về sau cầu Cái Dây xây mới lại không còn lối đi bộ cao hơn mặt đường nữa.

Trời tối om nên giữa mỗi chiếc bàn gỗ là một ngọn đèn dầu đã vặn tim cao hết cỡ. Ánh sáng lập lòe từ chiếc đèn phát ra như muốn xua đi màn đêm đặc sệt. Phía giữa cầu, cô chủ quán đứng cạnh cái đèn măng sông, phát ánh sáng rè rè vàng vọt, đủ để cô thấy đường múc chè từ nồi vào ly, bỏ thêm nước dừa, và đá đập mịn trên cùng. Ánh sáng vàng dịu từ chiếc đèn rọi vào tấm áo bà ba trắng có chấm bông đỏ làm nổi bật dáng cô trong đêm tối.

- Cô ơi, chè này là chè gì hả cô?

Tôi hỏi sau khi ba tôi kêu ba ly chè lạnh.

- Chè bưởi

Tôi nghe qua không hiểu lắm. Tôi nghe ngoại kể nhiều loại chè như chè thưng, chè táo xọn, chè mè đen, và chè đậu trắng nhưng chưa nghe chè bưởi bao giờ.

- Chè bưởi là chè sao hả cô?

- Là chè làm từ vỏ trái bưởi đó con.

Trái bưởi thì tôi biết vì mấy chị em tôi hay lấy vỏ bưởi đội lên đầu chơi sau khi má tôi gọt bưởi. Nhưng tôi nhớ có lần thử cắn vào thì thấy vỏ bưởi đắng, lại cay cay nên làm sao vỏ bưởi nấu chè được.

Tôi theo ba và chị ngồi vào cái bàn gỗ có ghế cóc bốn chân thấp lè tè. Mùa hè miền Tây, tuy là buổi tối nhưng cái nóng hầm hập từ ban ngày vẫn còn đâu đó. Mỗi lần có xe đò sáng đèn chạy qua, chiếc cầu rung nhè nhẹ mang cái nóng hầm hập ban ngày bốc lên. Thỉnh thoảng, gió từ sông thổi vào, mang theo hương phù sa của con kênh xáng cạp mới đào.

Ba cái ly thủy tinh đựng chè được mang ra. Tôi tò mò lấy muỗng múc vào bên trong xem chè bưởi thế nào dưới ánh đèn dầu leo lét. Trên cùng ly là lớp đá bào dày, lớp nước dừa ở giữa, và dưới là lớp chè vàng dẻo, có mấy hạt đậu xanh nổi bật trong lớp bột vàng vàng hơi trong. Nhưng tôi không tìm ra miếng bưởi xanh nào, cũng không nghe mùi thơm thanh nhẹ mọi khi của trái bưởi.

- Sao con không thấy bưởi hả ba? – Tôi hỏi.

Chị tôi chắc cũng tò mò, lấy muỗng xúc vào ly tìm bưởi như tôi. Ba tôi cười cười nói *"Con khuấy đều lên rồi ăn thử đi"*. Tôi nghe lời ba, lấy muỗng dầm đá, nước dừa, quyện vào lớp chè đặc vàng bên dưới rồi đưa lên miệng.

Vừa nuốt vào, tôi liền cảm nhận ngay có vị gì đó là lạ. Tôi cảm giác có sợi gân giòn sực thơm nhẹ mùi bưởi. Nhìn kỹ thì ra đây là vỏ bưởi đã cắt thành sợi, gần như trong suốt chỉ còn nổi bật vài sợi gân với chút trăng trắng nhỏ bên trong.

Tôi múc thêm mấy muỗng chè đưa vào miệng. Nước béo của dừa, cái lạnh của đá bào, vị ngọt bùi của đậu xanh, và cái giòn sực dai dai thơm dịu của vỏ bưởi hòa cùng cơn gió mát từ sông mang đến cho tôi cảm giác sảng khoái trong cái nóng mùa hè.

- Có những thứ mới đầu nhìn thì không thấy, nhưng thử rồi mới biết.

Ba tôi từ tốn nói trong lúc chị em tôi đang tận hưởng ly chè bưởi lần đầu trong ánh đèn dầu mờ ảo.

Bánh tằm khoai mì

Chiều nay tôi cảm thấy vui vì bệnh nhân đã giảm bệnh, lại còn cho tôi nhiều món ngon như bánh tằm khoai mì, bánh quy, và chè ba màu.

Lần đầu tôi ăn bánh tằm khoai mì là ở cuối một con hẻm sau cơn mưa buổi sáng. Thời đó, mỗi ngày má cho tôi chút tiền ăn sáng. Mà tôi thì đang mê nuôi cá tàu nên toàn nhịn đói để dành tiền mua cá. Mỗi ngày tôi mua một, hai con cá tàu, ước mơ có ngày trở thành cao thủ võ lâm trong giới nuôi cá tàu ba đuôi ở Bạc Liêu.

Sáng Chủ nhật, tôi vừa dắt xe đạp định chạy đến nhà chú Nghĩa để mua cá thì trời mưa tầm tã. Tôi mặc vội áo mưa rồi còng lưng đạp tiếp, trong đầu chỉ nghĩ đến những con cá tàu tròn trĩnh đang đợi tôi rước về.

Đường vào con hẻm vắng vẻ, cơn mưa buổi sáng cũng tạnh dần. Vào gần sâu trong hẻm, một mùi thơm là lạ bốc lên, xen lẫn chút mùi của đường mương. Tôi đang đói nên dừng xe ngó lại. Một bà lão mặc áo mưa từ từ đẩy chiếc xe đạp chở một thùng phía sau bốc khói nghi ngút.

Thấy tôi tò mò dừng xe, bà lão hỏi:

- Ăn bánh tằm khoai mì không con?

Bánh tằm thì tôi ăn rồi, khoai mì cũng ăn rồi, nhưng món kết hợp bánh tằm với khoai mì thì chưa ăn bao giờ. Tôi thắc mắc không biết đây là món gì.

Vừa nói xong, bà lão tháo nắp ra. Mùi khoai mì nóng, mùi nước dừa, mùi mè thơm trộn lẫn vào hơi nước làm bao tử tôi sôi lên. Khi làn khói tan đi, nhiều sợi bánh to, dài, đầy màu sắc, xanh, đỏ, trắng đang nằm trộn lẫn với đám sợi dừa nạo trắng cong cong. Chợt nhớ là tôi đang cầm tiền đi mua cá, nếu mua bánh tằm khoai mì thì sẽ không còn đủ tiền.

- Mua mở hàng cho bác đi con, bác mới dọn hàng mà mưa quá trời.

- Dạ.

Tôi đáp nhanh, không nghĩ thêm khi nhìn xuống dáng lưng còng của bà lão bên chiếc xe đạp màu đen, nhiều chỗ tróc sơn loang lổ, khung xe được gia cố để chở thêm thùng bánh có nồi nước nặng phía sau.

- Làm cái này cực không bác?

Tôi tò mò hỏi khi thấy bác cúi người lấy bọc lá chuối tươi ở phía trước, để trên yên chuẩn bị gắp bánh bỏ vào.

- Cũng cực vì bác phải cạo khoai mì, trộn với bột rồi hấp lên, sau đó mới cắt nhỏ ra trộn dừa tươi.

Vừa nói, bác vừa gắp từng miếng bánh tằm khoai mì bỏ vào lá chuối, rồi lấy miếng trắng xanh hình chữ nhật, cắt từ cuống của trái khóm làm "muỗng" bỏ lên gói bánh tằm.

Trả tiền xong, tôi dựa xe đạp vào tường, ngồi trên yên xe mở gói lá chuối, bóc từng cọng bánh tằm khoai mì ăn ngấu nghiến.

Phía xa, bác gái đã lên xe đạp, chở thùng bánh tằm khoai mì xa dần khỏi con hẻm mang theo cả dự định mua cá tàu ban đầu của tôi.

Chở Tết trên sông

- Ê Quỳnh, ghe nhà tao mới lên.

Nghe thằng bạn thân nói nhanh trong điện thoại, tôi cúp máy mà lòng mừng hớn hở. Tôi nghĩ ngay đến miếng dưa hấu ngọt lịm sắp tan trong miệng của mình. Ghe nhà thằng bạn tôi hay chở dưa hấu từ miền Tây lên Sài Gòn bán. Mỗi lần ghe lên nó hay rủ tôi ra tàu chơi ở bến Bình Đông nằm trên kênh Tàu Hủ.

Đã 20 tháng Chạp, chỉ còn mười ngày nữa là Tết. Vậy là ghe dưa hấu lên hơi trễ vì nhà dưa thường bán trước Tết vài tuần. Tôi hớn hở dắt xe đạp ra, nhắm về hướng Quận 8. Buổi trưa mà Sài Gòn vẫn đông đúc, xe cộ tấp nập như mắc cửi. Tiếng còi xe inh ỏi, tiếng xe máy lên ga khi đèn xanh vừa bật, tiếng xe buýt ra vào bến vội vàng, bụi bặm và hơi nóng hầm hập hắt lên mặt vẫn không làm tôi quên nghĩ tới miếng dưa hấu tươi ngon.

Gần đến kênh Tàu Hủ, từ xa, tôi đã nghe thấy mùi thum thủm, thỉnh thoảng vơi đi khi có trận gió thổi đến. Tôi dựng xe đạp vào gốc cây bàng ven con kênh đen ngòm. Lúc này là nước ròng nên ghe đậu xa bờ. Tôi dõi mắt tìm chiếc ghe có hình dáng và biển số quen thuộc, có một con mắt sơn bị tróc một bên, nhìn như đang khóc thầm. Các ghe tàu ở miền Tây thường sơn cặp mắt phía trước mũi, như đang nhìn về phía trước trong dòng nước phù sa đục ngầu.

- Lên đây nè con.

Má thằng bạn vừa thấy tôi trên bờ đã đứng lên mũi ghe huơ huơ tay.

Tôi lấy thế, nhón chân, rồi bước chéo từ từ lên thanh ván nhỏ xíu dẫn lên tàu. Hồi chưa quen, tôi cứ sợ bị té xuống sông khi bước lên thanh ván gỗ vừa nhỏ, vừa mỏng manh, bị cong xuống theo nhịp bước. Ấy thế mà người ta có thể vác dưa hấu lên xuống dễ dàng trên thanh ván đó.

Lên đến ghe, tôi tròn mắt vì năm nay có nhiều dưa hấu quá. Dưa thường, dưa sọc, dưa hoàng kim, lẫn dưa chưng. Dưa sọc là loại dưa hay chưng ngày Tết do có những sọc dọc chạy theo thân nhìn rất đẹp. Dưa hoàng kim có thịt vàng bên trong thay vì đỏ như thông thường. Dưa chưng, hay còn gọi là dưa đại, to đùng, mà một vòng tay tôi ôm không xuể, thường để chưng trong những ngày Tết.

Tôi lên ghe, gặp thằng bạn tay bắt mặt mừng rồi nhảy vào phụ sắp dưa và làm vòng rơm đệm. Người mua dưa lên tàu bắt đầu đông, chủ yếu mua sỉ về bỏ hàng ở chợ hay ở các tiệm bán.

- Cho con nè Quỳnh.

Mẹ thằng bạn đưa tôi nửa trái dưa hấu kèm cái muỗng.

Đây là món khoái khẩu của tôi. Dưa chín vừa tới, đỏ rực, có chút xốp bên trong. Tôi lấy muỗng múc một vòng tròn ở giữa trái dưa, bán kính là một phần tư đường kính trái dưa hấu. Bằng cách này, tôi múc phần ngon nhất của trái dưa mà tránh được hột. Tôi đưa lên miệng cắn, nhắm mắt lại tận hưởng cảm giác vị ngọt ngày Tết trong khi mùi thum thủm của kênh Tàu Hũ vẫn lượn lờ xung quanh.

Tôi bò lên chòi lái rồi đứng lên nóc ghe, nhìn ra ngoài. Phía trước là một ghe chở hoa cúc, vạn thọ, và mai chiếu thủy. Hoa màu vàng chất đầy trên ghe, đổ bóng xuống sông, làm sáng lên một góc sông đen ngòm. Thấp thoáng bóng bà chủ và cô con gái mặc áo dài đang tới lui bưng hoa bán cho khách. Xa xa, vài chiếc ghe chợ hoa đang chạy trên sông với tiếng máy tàu xình xịch rẽ sóng.

Tôi phụ bán dưa đến chiều thì về, hẹn vài hôm ra tiếp.

Nhưng rồi quá nhiều đồ án kiến trúc cộng thêm chạy bàn nhà hàng nên tôi không ra phụ bán dưa như dự kiến. Hôm 28 Tết, tôi vừa nộp bài xong thì nhảy lên bến xe miền Tây về quê Bạc Liêu ăn Tết.

Qua Tết, tôi vội đạp xe ra ghe dưa để xem. Đến nơi, tôi bất ngờ vì thấy dưa hấu còn nhiều quá, chắc khoảng hơn nửa ghe.

- Còn dưa cho con ăn nè.

Vẫn câu nói hóm hỉnh đó, bác gái đưa tôi nửa trái dưa.

Chiều mùng năm, ghe dưa vắng khách. Tôi cầm nửa trái dưa, múc vòng tròn ăn, thấy vị ngọt đã lạt đi một nửa, không còn ngọt bùi như hôm trước.

- Năm nay dưa bán ế con à.

Bác trai nhỏ nhẹ nói. Tôi đứng lên tàu, nhìn ra chiếc ghe hoa phía trước. Hoa vẫn còn đầy, vẫn những mảng vàng xanh đỏ che phủ gần nửa chiếc ghe phản chiếu trên dòng kênh đen ngòm. Trên mái ghe, tôi không thấy dáng đi thoăn thoắt áo bà ba của bà chủ và cô con gái như trước Tết.

Vậy là hoa cũng ế như dưa.

Khóm cuối mùa

Cái nắng ban trưa đã bắt đầu dịu xuống, ông mặt trời khuất sau bụi tre nhà, báo hiệu buổi chiều đang đến. Tôi len lỏi theo bước chân của ba, luồn qua đám cây bụi đi ra bên hông nhà.

- Khóm cuối mùa ăn ngon lắm con.

Ba tôi vừa vạch bụi cây tìm đường vừa nói, tay cầm theo con dao phay.

Ba tôi mới trồng mấy bụi khóm gần đây, từ mấy chồi khóm người bạn cho. Tôi nghe ba má nói phong thanh là nhà tôi chuẩn bị dọn đi nơi khác, ở gần sông Cái Dầy nhường đất này để cất chợ nhà lồng. Vì vậy, mấy cây trong vườn ít ai chăm sóc bởi trước sau gì cả nhà cũng sẽ dọn đi. Nghe nói mà lòng tôi buồn man mác vì đã bắt đầu quen với từng cái ao, bụi chuối, và hàng dừa mọc ven hông nhà.

Nhà cũ của tôi nằm gọn phía sau trường học của ấp Hòa Hưng. Mùa mưa đến nước dâng cao làm con đường độc đạo dẫn vào nhà nằm giữa hai cái ao biến mất. Căn nhà như ốc đảo nho nhỏ nằm phía sau trường. Ba tôi lấy mấy thanh cọc chống làm dấu hai bên đường để chị em tôi đi học về đi giữa hàng cọc không bị rớt xuống ao. Mỗi lần đi học về, chị em tôi lại xắn quần, lận sách vào lưng, và lội sình bì bõm vào nhà. Thấy vậy, ba lấy mấy cây đước đóng nẹp lại như chiếc bè bỏ xuống nền, rồi vớt lục bình hai bên ao đắp lên làm con đường khô ráo cho chị em tôi đi học.

Chỉ mới vài tháng mà mấy chồi khóm ba trồng vội gần đám dừa bên hông nhà nay đã mọc um tùm. Tôi thấy trái khóm nhiều lần, chủ yếu do ngoại tôi mang lên từ chợ Bạc Liêu nhưng chưa bao giờ thấy cây khóm mọc thế nào. Lúc đầu, đám chồi chỉ mọc toàn gai mà bây giờ đã thành những bụi khóm lớn với gai góc, lá khóm vươn ra nhọn hoắc, tua tủa như cánh hoa.

Ở giữa đám gai góc ấy là mấy trái khóm màu vàng đục to như bàn tay của ba tôi. Có trái bị chim ăn một bên, lòi ra phần thịt vàng ươm và, chảy nước ra bên rìa mép. Mấy trái khác thì chín vàng nâu, thân đã sẫm màu. Trái khóm tuy nhỏ nhưng mắt khóm nở to, căng tròn, bị sạm do ánh nắng mặt trời. Ba tôi bước tới bụi khóm, lấy dao phay cắt mấy trái đem vào nhà.

*

Chiều nay ra vườn, má tôi nói:

- Mãng cầu cuối mùa ăn ngon lắm con.

Tôi nhìn kỹ từng trái mãng cầu cuối mùa. Từng mắt mãng cầu mở lớn, căng to, bị nắng ăn xám xịt như màu thời gian quện lên. Tôi chợt nhớ về mấy trái khóm cuối mùa ngày xưa, cũng vàng xám xịt, mắt mở to thấm đầy vết loang lổ của thời gian.

Tôi mỉm cười, cầm trái mãng cầu đưa lên mũi ngửi và nhớ đến câu nói năm xưa của ba: *"Trái cuối mùa nào lúc nào cũng ngon cả vì nó là đợt ra trái cuối cùng".*

Tiếng cóc rụng

Hồi nhỏ, má thường dẫn tôi qua nhà người bạn gần nhà máy gạo bên kia sông Cái Dầy.

Tôi vào nhà chơi, ngồi trên bộ ngựa gỗ (giường ngủ) láng bóng nghe bác Tám đu đưa trên chiếc võng cọt kẹt kể chuyện hồi xưa.

Đang ngồi nghe chuyện Tần Cối Nhạc Phi thì mấy tiếng bụp bụp rồi lộp độp trên mái tôn và nền đất khiến tôi ngạc nhiên nhìn ra, chưa kịp hiểu chuyện gì thì bác Tám cười nói.

- Cóc chín rụng đó con.

Tôi nhìn ra ngoài vườn, nơi cây cóc cổ thụ sum suê tán lá che bóng mát cả một góc nhà. Khi có gió thổi qua, thỉnh thoảng vài trái cóc chín rụng lịch bịch, làm vỡ lớp vỏ cháy vàng lộ ra phần thịt trăng trắng bên trong.

Chế (chị) Mùi nhìn tôi hiểu ý, ngoắc tay dẫn ra vườn, lấy cây thọc mấy trái cóc vừa chín cho tôi đem về. Hôm đó, tôi ăn một lần ba trái, đến nỗi đau bao tử. Tôi học rất nhanh là dù trái cóc chín ngọt, tôi ăn nhiều quá cũng làm đau bao tử và khó tiêu.

Vậy mà lúc về đi qua phà Cần Thơ, ngồi trong xe nhoài đầu ra cửa sổ, nhòm theo mấy chùm cóc ghim xanh vàng để gần bịch muối ớt trắng đỏ đội trên đầu của mấy cô bé bán hàng rong mà tôi lại chảy nước miếng.

Cóc có nhiều vitamin và dinh dưỡng, như vitamin B1, canxi, vitamin A, C, và đặc biệt là sắt. Cóc có phần xơ giúp tiêu hóa tốt nếu ăn vừa phải. Lá cóc non có thể làm salad hay trộn gia vị thức ăn.

Qua Mỹ, lần đầu thấy trái cóc non đông lạnh đóng bịch ở Michigan, tôi cầm lên nhìn dòng chữ *Made in Vietnam* mà nghĩ về khu vườn nhỏ, nơi có tiếng cóc rụng.

Nhà tôi ở Mỹ giờ có trồng cây cóc, mỗi năm cây ra nhiều trái nhưng tôi không bẻ ăn. Tôi cố tình đợi trái cóc chín, rồi chờ nghe tiếng rụng lịch bịch của ngày xưa, mà sao chờ hoài không thấy. Hỏi má tôi mới biết, cóc vừa chín thì mấy con sóc đã ăn hết, hèn chi tôi không nghe tiếng cóc rụng.

Những lần ngủ ngon

Trưa hôm qua, tôi đã có một giấc ngủ ngon quá trời quá đất!

Chuông hẹn giờ từ chiếc iPhone kêu inh ỏi đến ba lần tôi mới ngồi dậy, nhấc chân ra khỏi giường trong trạng thái nửa tỉnh nửa mê. Làn nước mát đập vào mặt, mùi sữa rửa mặt thoang thoảng làm tôi dần tỉnh, chợt nhớ lại những lần mình đã ngủ thật ngon trước kia.

Lúc còn bé, ở Cái Dầy không có đồ chơi, tôi hay lật ngược hai chiếc ghế gỗ xếp thành đầu xe tải, rồi lấy cái hai gối ôm của chị em tôi làm thùng xe phía sau. Kế đó tôi ngồi lên gối ôm, vòng tay qua vịn ghế gỗ giả bộ lái xe. Tôi mê chơi lái xe đến nỗi ngủ quên trên chiếc xe giả. Ba tôi kêu vào giường ngủ mà tôi không nghe, cứ ôm gối, ôm ghế chìm trong mộng tưởng mình làm tài xế.

Kêu hoài không thấy tôi thức, ba tôi bèn cúi người bế tôi vào giường. Trong mơ màng, tôi vẫn cảm giác mình được nhấc bổng lên, xoay một vòng, rồi từ từ đi vào trong. Má tôi ngồi sẵn bên mép giường, vén cái mùng vải lên để ba nhanh chóng ẳm tôi vào trong vì sợ muỗi vào theo. Và thế là tôi ngủ say đến sáng.

Lần ngủ ngon khác là đám tang ngoại tôi.

Đám tang diễn ra ba ngày ba đêm, nhạc đèn inh ỏi, lúc trầm lúc bi nghe đến não lòng. Đêm cuối cùng, cả gia đình và bà con ai nấy đều mệt mỏi. Tôi đầu quấn tang trắng, mặc quần tang lụng thụng đã úa màu, nằm co ro trên chiếc chiếu lót tạm trên nền gạch bên dưới quan tài kê cao của bà ngoại. Đó là lần đầu tiên tôi cảm nhận về cái chết. Tôi nghe người lớn nói rằng ma quỷ hay đến viếng người mới chết nên mới có đám người mặc đồ đen, đồ đỏ, trên lưng in chi chít chữ Tàu, đánh trống, chập cheng, phun lửa phèo phèo cả đêm trừ tà đuổi ma.

Nhưng tôi không sợ. Tôi nhớ ngoại, nhớ vòng tay ấm áp đưa chén chè táo xọn vàng ươm, rưới thêm nước dừa ngoại mua cho tôi ở chợ Bạc Liêu trong chuyến xe lôi buổi sáng lên Cái Dầy. Tôi nằm đó, dưới quan tài ngoại ngủ thiêm thiếp, nhớ về chén chè thơm. Tôi ngủ ngon cho đến lúc má gọi dậy khi gần sáng, rồi giật bắn mình vì tiếng kèn và trống khua inh ỏi khắp nơi chuẩn bị cho lễ di quan ra xe.

Có lần tôi ngủ quên trong sạp vải má tôi.

Tôi ôn thi đại học cả đêm, sáng đi học phổ thông, trưa học vẽ luyện thi Kiến trúc, thỉnh thoảng còn trốn đi đá banh nên chiều ra chợ vải thì đã quá mệt. Ăn xong đĩa bánh cuốn dì Năm, tôi tìm cách chui vào một cái thùng trong sạp vải má tôi ngủ. Cái thùng dưới sạp vải thấp lắm, chỉ cao hơn nửa mét để chứa vải mỗi tối. Ban ngày, má tôi lấy vải từ thùng ra chất thành hàng phía trên sạp để bán.

Tôi mở cửa gỗ phía trên sạp vải, lách vào, co người nằm giữa những chồng vải. Mùi vải mới, mùi vải Satin bóng lẫn mùi hồ từ vải Kate, mùi mồ hôi, tiếng ồn ào nói chuyện cò kè trả giá mua vải, và cái hầm hập ban trưa của chợ nhà lồng vẫn không ngăn được giấc ngủ của tôi. Vừa chui vào thùng, tìm được chỗ nằm vừa ý, tôi đã ngáy khò khò. Đến chiều sắp dọn sạp, má không tìm thấy tôi đâu tưởng tôi đi xuống chợ cá chơi. Ai dè tôi ngủ ngon quá, nằm kẹt trong đống vải dưới sạp.

Tôi nghiệm ra những lần ngủ ngon nhất không phải là những lần tôi ngủ dài nhất, trên những chiếc giường êm ái nhất hay tại những nơi đẹp nhất.

Lần ngủ ngon khác là khi tôi đi phỏng vấn trường Y ở Pennsylvania. Buổi chiều vừa phỏng vấn xong, đang đi một vòng tham quan bệnh viện, nói chuyện với các bác sĩ nội trú, thì tôi nhận được cuộc gọi từ trường Đại học Michigan State College of Human Medicine thông báo kết quả được nhận vào chương trình MD (Doctor of Medicine, Tiến sĩ Y khoa). Tôi mừng như vỡ òa vì sau gần hai năm vất vả bỏ nghề kiến trúc, tôi đã có một con đường phía trước.

Trên đường lái xe hơn chục tiếng từ Pennsylvania về lại Michigan, tôi mệt quá nên dừng lại, tìm chỗ ngủ tạm dọc đường trong trạm nghỉ. Trời mùa đông, gió thổi lạnh buốt, tuyết rơi trắng xóa bên ngoài kính xe.

Chiếc Honda Civic màu đen nhỏ bé, nằm bơ vơ trong bãi đậu xe mênh mông của trạm nghỉ sơn trắng. Tôi bật ghế, để máy chạy rù rù, hạ kính phía sau xuống một tí để có chút không khí vào xe rồi nằm ngủ. Vừa nằm xuống tôi đã ngủ ngay, đến khi chuông điện thoại kêu mấy lần tôi mới dậy. Tôi ngồi dậy định lái xe đi tiếp nhưng không dậy nổi, bèn cầm điện thoại hẹn lại giờ, tự thưởng cho mình thêm một tiếng nữa.

Mới hơn bốn giờ sáng, tôi tỉnh dậy giữa xung quanh tuyết lạnh nhưng lại thấy cực kỳ sảng khoái. Bật đèn xe, tôi thấy đường sá mùa đông sao sáng sủa, y như tương lai sắp tới của mình. Tôi đạp côn, gạt cần, rồi gài số tới, lên ga chạy về Michigan trên con đường đầy tuyết.

Ngủ ngon là khi tôi thấy mình yên bình, cảm nhận được sự thoải mái trong tinh thần lẫn thể xác. Càng lớn, tôi càng mong có những giấc ngủ ngon như vậy vì mỗi khi thức dậy, tôi thấy mình khỏe khoắn lạ thường.

Ba ơi, ở tuốt bên kia cầu là gì?

- Ba ơi, ở tuốt bên kia cầu là gì?

Lúc nhỏ, tôi đứng bên gốc dừa, dưới dốc cầu Cái Dây, chỉ tay về nơi xa xa bên kia sông, hỏi ba tôi.

- Sóc Trăng, quê ngoại con ở đó.

- Vậy xa hơn Sóc Trăng là gì?

- Sài Gòn, quê nội con.

- Vậy xa hơn Sài Gòn là gì? – Tôi hỏi tiếp.

- À, xa hơn Sài Gòn là đi nước ngoài, nước Pháp, nước Mỹ, nước Anh, và cả thế giới. Một ngày nào đó khi con đi khắp thế giới, con sẽ thấy thế giới rất rộng lớn, nhưng không có nơi nào là xa cả.

Lúc đó, tôi không biết thế giới rộng thế nào, chỉ biết đồng ruộng Cái Dây quá là rộng lớn với tôi. Những buổi chiều đi học về, tôi lang thang cùng bạn bè trong xóm đến tận cuối kênh xáng cạp hay khu kinh tế mới nằm sâu phía sau chợ mới Cái Dây.

Khi lớn lên, tôi có dịp thực hiện ước mơ của mình là đi nhiều nơi trên thế giới. Khi bắt đầu đi ra khỏi Việt Nam, tôi mới hiểu được lời ba tôi nói không có nơi nào là xa cả. Tôi học được rất nhiều từ những chuyến đi, có thêm những hành trang mới, những người bạn mới, những trải nghiệm mới, và thấy cuộc sống thật thú vị.

Covid-19 có thể làm thay đổi mọi thứ, nhưng không thay đổi thói quen đi đây đó để học hỏi của tôi.

Năm nay, tôi tập trung đi nhiều trong nước Mỹ, quê hương thứ hai của tôi. Tôi đã đến 25 tiểu bang, chủ yếu là đi hội thảo, phỏng vấn trường Y, phỏng vấn làm nội trú, nghiên cứu sinh. Tôi dự định sẽ đi hết 50 bang nước Mỹ, đến những bang ít nghe nói như Montana, Dakota, Alaska, Idaho, hay Wyoming.

Rồi khi dịch qua đi, tôi sẽ trở lại châu Âu, uống cà phê Paris, ăn sáng London, sau đó vòng xuống châu Á, thưởng thức phở Sài Gòn, bún nước lèo Bạc Liêu, ghé Thái Lan, Campuchia, đi châu Phi, vẽ kim tự tháp Ai Cập.

"Con đường vắng, rì rào cơn mưa nhỏ", giờ lại càng vắng hơn

Buổi tối, tôi bước nhanh về nhà trọ trong con hẻm vắng khu Mả Lạng quận Nhất ở Sài Gòn. Chợt trời đổ cơn mưa phùn lất phất. Tôi nép vội vào một góc phố, bỗng tiếng hát của Mỹ Linh đâu đó vang lên:

> *"Em ơi, Hà Nội phố*
>
> *Ta còn em mùi hoàng lan*
>
> *Ta còn em mùi hoa sữa*
>
> *Con đường vắng rì rào cơn mưa nhỏ*
>
> *Ai đó chờ ai tóc xõa vai mềm".*

Tôi bỗng thấy con phố Mả Lạng mình đang đứng giống phố cổ Hà Nội, cây phượng cuối hẻm như là cây hoa sữa, và cơn mưa phùn thì thẩm làm góc phố vắng thêm.

Nhạc Phú Quang là vậy, đem những thứ vô tri như con đường, góc phố, cây cối, rồi thổi hồn vào.

Tôi đứng đó, nghe hết bài hát *Em ơi Hà Nội Phố* rồi mới trở về thực tế, bước vào căn phòng trọ trên gác tối om, bật đèn lên, căng giấy bóng, hí hoáy vẽ đồ án thiết kế một mình.

Giờ thì Phú Quang không còn nữa.

Nếu Trịnh Công Sơn hỏi *"Hạt bụi nào hóa kiếp thân tôi"*, Lam Phương nhắc *"Còn nhớ tên nhau, xin gọi tên trong giấc mộng"*, thì Phú Quang lại *"Nằm nghe xôn xao tiếng đời mà ngỡ ai đó nói cười"*.

Tạm biệt nhạc sĩ Phú Quang (1949-2021).

Lễ Tạ ơn

Trên bàn là con gà Tây to đùng đã được nướng chín, lớp da vàng nâu căng bóng, xung quanh là những củ khoai tây trắng, cắt nửa, nướng cháy vỏ, trộn với hành tím măng tây xào vừa chín. Kế bên là đĩa nước xốt thịt gà bốc khói, đĩa khoai tây nghiền trộn lẫn cỏ xạ hương với bơ thoảng mùi ngầy ngậy. Ngoài ra còn có bánh mì cắt lát, rượu vang trắng, và bơ xắt lát để dọc theo từng đĩa cho khách.

Năm đầu tiên gia đình tôi đến Mỹ đón lễ Tạ ơn là ở nhà một người bạn, kể từ đó tôi đã nghiện món gà Tây nướng. Nhưng cái tôi thích hơn là ý nghĩa của ngày Lễ này: Ngày cảm ơn và chúc mừng.

Trước khi bữa ăn bắt đầu, chủ nhà nắm tay mọi người cầu nguyện theo đạo Tin Lành. Mặc dù không có đạo nhưng tôi vẫn cảm nhận được sự ấm áp qua lời nói ngắn gọn của chủ nhà: *"Cảm ơn Chúa đã ban cho chúng con bữa ăn hôm nay, cảm ơn mọi người trong gia đình đã về đây. Cảm ơn Chúa đã mang gia đình Trần đến Mỹ, và cầu chúc gia đình Trần sớm ổn định cuộc sống mới."*

Nhiều năm qua, tôi vẫn tin vào những lời cảm ơn, những lời chúc thật lòng dù đơn giản.

Lễ Tạ ơn năm nay, tôi cảm ơn quý vị, những người bạn trên Facebook, YouTube, TikTok đã luôn ủng hộ và yêu thương Dr. Wynn Tran.

Chúc quý vị một ngày lễ yên bình, một bữa cơm ấm áp, và một cuối tuần bình yên.

Khế chua khế ngọt

Sáng ra vườn, thấy cây khế mới ngày nào đầy bông giờ đã lủng lẳng trái đong đưa trong gió mùa thu. Tôi tự hỏi không biết loại khế này sẽ là chua hay ngọt?

Ngày trước nhà tôi có trồng hai cây khế: Ngọt và chua. Tôi thì thích cây nào có trái bự nên giành phần mình, ai dè đó là cây khế chua. Loại này nhìn lá xanh, hoa đỏ đậm, trái xanh bự nhìn đã mắt nhưng cắn vào thì phải kèm đĩa muối ớt. Cây khế kia trái nhỏ hơn, có hoa nhỏ màu hồng, khi chín trái khế ngọt vàng đều, mềm, cắn vào nước ngọt chảy ra ngoài, và không cần đĩa muối ớt. Cây khế chua có thân to lớn, cao quá mái nhà lá bên cạnh. Buổi trưa, tôi hay trèo lên cây, rồi leo xuống mái nhà lá, nằm gác chân nhìn trời xanh qua kẽ lá khế đu đưa.

Trái khế có nhiều vitamin và giàu chất dinh dưỡng. Các vitamin C và B dồi dào trong quả khế, kèm theo khoáng chất, chất xơ, và cả Flavonoid chống oxy hóa. Quý vị mắc bệnh thận, khả năng lọc thận yếu nên cẩn thận khi ăn khế do trong trái có Neurotoxin có thể tích tụ trong máu. Như bất kỳ đồ ăn nào, quý vị nên dùng vừa phải. Dùng quá nhiều một thứ có thể gây hại.

Khế ở California đa số là khế ngọt, nhưng thỉnh thoảng cũng có vài cây chua. Thường chỉ khi trồng ra trái, ăn vào mới biết khế chua hay ngọt. Biết tôi cố tình mua loại khế chua cho khu vườn mới của mình vì đã có khế ngọt ở khu vườn cũ, ông chủ vườn cười bảo *"Ai cũng thích trái ngọt, còn con thì kiếm trái chua"*. Tôi chỉ cười vì không muốn kể ra cây khế đầu tiên ngày xưa mình xí phần là một cây khế chua.

Bóng đá nữ

Lúc nhỏ chơi đá banh thiếu người, thỉnh thoảng đội banh xóm dưới đưa con bé Thanh bán chè đầu hẻm vào chơi. Mấy thằng trong xóm, trong đó có tôi, thấy có đứa con gái cột tóc đá banh chung bèn cười ngặt nghẽo. Thằng thì sợ lỡ đá trúng chân nhỏ Thanh, đứa thì lo lỡ chạy đụng vào người khiến nó té đau, không còn đi bán chè giảm giá cho mấy thằng ăn nữa thì sao.

Nhưng cả đám đều lầm.

Nhỏ Thanh chơi tiền vệ cánh tốt hơn cả thằng Bảy. Nó chạy lên chạy xuống thoăn thoắt không biết mệt khi có banh hay chạy trống chỗ. Nó chuyền cắt mặt dọn chỗ cho thằng Hảo tiền đạo chỉ việc đánh gót nhẹ vào khung thành được đánh dấu bằng hai chiếc dép. Khi chạy về phòng thủ, nhỏ Thanh cản banh không thua hậu vệ, thằng nào đụng nó đều té ngửa vì cặp chân nó tuy nhỏ xíu nhưng có sức cản ngàn cân. Về sau, đội nào đá cũng muốn có nhỏ Thanh và quên mất việc nó là con gái. Lúc đó, tôi nhận ra con gái Việt chơi đá banh không kém gì nam.

Trong khi đội bóng nam ở Việt Nam thường được cộng đồng lăng xê, quà cáp, thưởng nóng, thưởng lạnh, tiền quảng cáo khủng thì đội bóng nữ vẫn âm thầm lẳng lặng cống hiến cho khán giả bằng những kết quả ấn tượng. Đội tuyển nữ Việt Nam đã vô địch cúp AFF ba lần, năm 2006, 2012, và 2019, đoạt huy chương vàng sáu kỳ Sea Games Đông Nam Á, thậm chí vào đến tứ kết Asian Game 2014 tranh huy chương đồng với Hàn Quốc, và từng được FIFA xếp hạng 37 thế giới (trong khi đội bóng nam Việt Nam xếp 94 - theo số liệu năm 2023). Đội tuyển bóng đá nữ Việt Nam còn làm nên lịch sử khi lần đầu vào vòng chung kết thế giới World Cup 2023 sẽ tổ chức tại Úc và New Zealand.

Chúc mừng đội tuyển nữ Việt Nam. Mong các chị em sẽ còn tiến xa hơn nữa.

Ngày sinh nhật đáng nhớ

Lần đầu tiên tôi được rủ đi ăn sinh nhật là ở nhà thằng bạn đầu hẻm.

Đám con trai trong xóm lần đầu tiên được mặc áo sơ mi đóng thùng, có thằng vừa đi vừa phải kéo quần lên vì bị tuột. Đám con gái thì xúng xính váy áo, có đứa còn thoa chút son đỏ hoét trông thật lạ mắt, khác hẳn lúc bắn bi đánh lộn với tụi con trai.

Ba mẹ thằng bạn đãi cả đám con nít bánh mì nướng vàng, quết pa tê gan, ăn kèm theo thịt nguội thái mỏng, chả lụa cắt khoanh tròn sắp trên đĩa cùng dưa chua, củ cải trắng và cà rốt. Vừa ăn, chủ nhà còn hào phóng bật đầu máy Sharp chiếu phim hoạt hình *Bạch Tuyết và bảy chú lùn* trên chiếc tivi JVC màu 14 inch, xịn nhất lúc bấy giờ, cho cả đám ngó xem.

Tôi vừa ăn ngấu nghiến, vừa xem Bạch Tuyết lạc vào rừng gặp các chú lùn. Đến đoạn cả đám chú lùn tổ chức tiệc ăn uống ngon lành mỗi ngày như ăn sinh nhật suốt cả năm, làm tôi ngạc nhiên và nghĩ sao mình không ăn ngon mỗi ngày như ngày sinh nhật của mình.

Lần sinh nhật đáng nhớ khác là lúc tôi đã định cư tại Mỹ. Lúc đó, tôi đang học Kiến trúc tại Đại học Michigan. Học gần xong các lớp buổi sáng, tôi ngồi xe buýt của trường đi từ khu Kiến trúc Kỹ thuật ở phía Bắc về phía Campus trung tâm để học các lớp xã hội buổi trưa. Đang ngồi trên xe buýt mơ màng nhìn ra ngoài bỗng xe dừng lại, tôi nghe tiếng ông tài xế nói to, giọng có hơi run:

- Sinh viên chú ý, nước Mỹ bị tấn công, các lớp học bị hủy ngay lập tức.

Cả xe im lặng, chúng tôi đành đổi chuyến xe buýt quay về ký túc xá. Cả buổi trưa chiều hôm đó không khí trong ký túc xá thật căng thẳng, trường học đóng cửa, không ai biết chuyện gì sẽ xảy ra tiếp theo sau khi hai tòa tháp WTC và Ngũ

Giác Đài bị tấn công. Buổi tối, tôi và hai thằng bạn cùng phòng ngồi nhà coi tivi nghe Tổng thống Bush phát biểu, hủy kế hoạch đi ăn sushi mừng sinh nhật sẵn tiện mừng tôi vừa kiếm được công việc rửa chén ở Đại học Luật Michigan.

Từ đó, hai mươi năm trôi qua, mỗi ngày sinh nhật tôi đều nhớ về khoảnh khắc buổi sáng định mệnh của nước Mỹ, nhớ mãi giọng nói run run, gương mặt xúc động của bác tài xế già khi dừng xe nhìn cả đám sinh viên, nhớ giọng trầm buồn của Tổng thống Bush nói chuyện với cả nước, trích đoạn *Kinh Thánh* miêu tả sự tàn nhẫn và cái ác.

Sinh nhật tôi năm nay cũng vậy, tôi nghĩ về 2.996 người đã mất trong vụ khủng bố, nghĩ nước Mỹ, quê hương thứ hai đã cho tôi cơ hội để có được hôm nay.

Mùi máy sấy

Buổi tối khi chạy bộ quanh khu nhà, tôi vô tình ngửi thấy một mùi quen thuộc mà lâu rồi chưa gặp lại: Mùi giấy thơm của máy sấy đồ.

Lúc tôi vừa đến Michigan cũng là cuối thu. Khi đó, lá vàng đã rực đỏ một góc trời ở thành phố Holland. Những con đường vắng, vài chiếc lá cuốn bay là đà theo từng chiếc xe chạy qua. Thời tiết Michigan lạnh buốt khi tôi vừa từ Việt Nam qua. Vừa đi học tiếng Anh, vừa đi làm hãng, vừa chạy bàn nhà hàng, tôi tất bật quay cuồng với cuộc sống mới. Buổi sáng ra khỏi nhà từ sớm với chiếc xe cà tàng đến tối mịt tôi mới về nhà.

Chỗ tôi ở là một khu nhà chung cư có phòng giặt sấy đồ riêng. Mỗi chiều tối, căn phòng nhỏ xíu có mấy chiếc máy giặt sấy cổ lỗ sĩ nằm gần hành lang trở nên chật ních vì nhiều người đứng xếp hàng chờ đến lượt giặt đồ và sấy đồ.

Lúc mới dọn đến chỗ này, má tôi không biết tiếng Anh nên chưa biết đọc hướng dẫn sử dụng máy. Tôi đi theo má, mò mẫm nhìn hình vẽ, đọc chữ, đoán cách sử dụng máy rồi mở nắp, bỏ ba xu 25 cent vào rồi thử bấm nút chạy. Chiếc máy kêu è è, uể oải từ từ chạy, rồi tăng tốc rung lên bần bật tưởng chừng như đồ sắp rớt hết ra ngoài.

Má tôi dần có kinh nghiệm xài máy giặt, chẳng những biết cách bỏ tiền xu mà còn chọn chế độ giặt cho tiết kiệm xà bông. Bà còn biết cách chọn loại giấy thơm bỏ vào khi sấy đồ, làm đồ sấy xong vừa mềm, vừa thơm lâu, lại vừa có mùi đồ mới. Má tôi cũng chọn giờ đi giặt sấy trễ hơn để ít phải xếp hàng chờ.

Những buổi đi học về trễ, tôi lái xe chầm chậm vào gara phía sau nhà. Từ xa, tôi đã thấy vài làn khói trắng có mùi dìu dịu của giấy thơm máy sấy quen thuộc bốc lên ở một góc gần cầu thang. Tôi dừng lại, trong cái lạnh cóng mùa thu Michigan, tôi hít thật sâu, cảm nhận được má tôi hay ai đó ở phòng sấy đang lom khom cúi người giặt đồ cho cả gia đình.

Sau này qua California, má tôi xài máy giặt sấy xịn hơn. Hai chiếc máy chạy êm ru. Máy giặt không còn nghe tiếng lạch cạch gà gật nữa, chỉ còn tiếng nước chảy tóc tách. Máy sấy thì quay đều đều cũng không còn xì ra làn khói trắng có mùi giấy thơm.

Bởi vậy, tối qua chạy qua một khu nhà khác, khi ngửi lại mùi giấy thơm từ máy sấy, tôi ráng hít thật sâu như nhớ lại khoảng thời gian ngày ấy. Và tôi đoán là tối qua hẳn có ai đó cũng đang khom người lui cui bỏ đồ vào máy, bỏ giấy thơm vào, và bấm nút tạo ra cái mùi quen thuộc như tôi thuở còn ở Michigan.

Nghệ thuật sống

Một buổi tối mùa đông năm 2002, tôi lang thang trong thư viện Đại học Michigan để tìm tài liệu viết luận văn cho đề tài tốt nghiệp kiến trúc. Tôi đang làm về nhà chung cư ở thành phố Detroit và muốn tìm ý để phân tích luồng giao thông. Không hiểu sao, tôi lang thang qua kệ sách tôn giáo, và bất chợt nhìn thấy cuốn *Understanding Our Mind* của một tác giả Việt Nam, nằm lẻ loi giữa hàng đống sách về thiền.

Tôi ngồi bệt xuống, lật giở từng trang, đọc lướt, rồi lật lại, đọc chậm. Tôi ấn tượng cách quyển sách ví von tinh thần của chúng ta như một cánh đồng, trong đó có sẵn các hạt mầm yêu thương, thù hận, hạnh phúc, và yên bình. Cách chúng ta chọn loại hạt giống nào để ươm là cách chúng ta tạo ra tinh thần, trí tuệ cho mình, ví dụ như chúng ta chọn hạt giống yêu thương, và tiếp tục vun trồng, cho đi, sẽ khiến tinh thần và trí tuệ chúng ta nhận lại thêm yêu thương.

Đó là lần đầu tiên tôi biết Thầy Thích Nhất Hạnh. Về sau, tôi tìm đọc thêm các sách khác của thầy và học thêm cách suy nghĩ, phân tích, và tìm sự bình yên ngay bên trong những sóng gió cuộc đời.

Thầy Thích Nhất Hạnh có lẽ là một trong những người có ảnh hưởng nhất của Phật giáo Việt Nam đương đại và Phật học thế giới. Thầy viết trên 100 quyển sách bằng tiếng Anh, viết về nhiều chủ đề của cuộc sống, từ thiền, triết lý, cho đến hạnh phúc gia đình.

Riêng tôi, *Bông hồng cài áo* của Thầy Thích Nhất Hạnh viết năm 1962 là một trong những đoạn văn tôi thích nhất. Đoạn văn này về sau được nhạc sĩ Phạm Thế Mỹ viết thành bài hát cùng tên. Trong đoạn văn này, Thầy Nhất Hạnh có nhắc đến bài thơ *Mất mẹ* của thi sĩ Xuân Tâm.

"Năm xưa tôi còn nhỏ

Mẹ tôi đã qua đời!

Lần đầu tiên tôi hiểu

Thân phận trẻ mồ côi.

Quanh tôi ai cũng khóc

Im lặng tôi sầu thôi

Để dòng nước mắt chảy

Là bớt khổ đi rồi

Hoàng hôn phủ trên mộ

Chuông chùa nhẹ rơi rơi

Tôi thấy tôi mất mẹ

Mất cả một bầu trời."

Thầy Thích Nhất Hạnh ra đi, để lại cả một di sản về nghệ thuật sống.

Thành phố buồn

Lúc nhà tôi còn mở quán cà phê Huỳnh Như ở Cái Dầy, ba tôi hay mở bài *Thành phố buồn* những khi bán ế.

Tôi nằm trong mùng, bên ngoài hiên, mưa rơi lộp độp trên mái lá, nghe giọng ca Chế Linh rỉ rả *"Thành phố nào vừa đi đã mỏi"*, tôi tưởng tượng ra thành phố nào xa lắc xa lơ trên núi có *"đường quanh co quyện gốc thông già"*. Mùa mưa Cái Dầy tuy không quá lạnh, nhưng nghe bài hát tôi có thể cảm nhận được chút sương sớm của thành phố buồn len lỏi vào quán cà phê nho nhỏ của nhà tôi.

Mấy chục năm sau, tôi lên Đà Lạt. Buổi sáng uống cà phê, nhìn xuống đồi thông có *"Thành phố buồn nằm nghe khói tỏa, người lưa thưa chìm dưới sương mù"*. Vẫn cái lành lạnh từ thành phố sương mù ấy, nhưng giờ đã có chút ấm hơn trong lòng vì được sẻ chia.

Một tối, tôi có dịp thăm lần cuối tác giả bản nhạc *Thành phố buồn.*

Tôi ngồi một góc, nghe Nguyên Khang hát *"thành phố buồn lắm tơ vương, cơn gió chiều lạnh buốt tâm hồn"* mà thấm cái lạnh buốt giữa mùa đông California. Cái lạnh buốt đến rùng mình như kéo tôi trở về quán cà phê Huỳnh Như, về Đà Lạt sương mù, về những thăng trầm của cuộc đời người nghệ sĩ tài hoa.

Trên đường lái xe về nhà, ngắm con đường xa lộ 110 quanh co lên xuống, xa xa là thành phố mờ ảo sau dốc sương mù, tôi chợt nhận ra Los Angeles đã trở thành thành phố buồn.

Tạm biệt Nhạc sĩ Lam Phương

Tạm biệt Tây Môn Khánh

Những đêm đông lạnh lẽo trực bác sĩ nội trú, mệt mỏi giữa muôn vàn tiếng chuông điện thoại và máy nhắn inh ỏi, đầu óc thì ong ong vì phải căng mắt đọc tài liệu, tôi trốn một chút vào thế giới khác.

Ở đó, tôi cười thoải mái khi xem anh chàng Võ Đại Lang lưng gù bán bánh bao ba đời mà vẫn ế; có chàng Võ Tòng đẹp trai phong độ tay không bắt cọp (hên vì con cọp bị ai đó bắn gần chết), về thăm anh trai thì bị chị dâu ve vãn; có nàng Phan Kim Liên xinh đẹp là Á hậu Long Beach đa tình muốn chuốc độc cho chồng Võ Đại Lương chết; có Vương Bà có mụn ruồi trên mặt chuyên làm mối; và có đệ nhất phú dê Tây Môn Khánh, giàu có, già lẩm cẩm nhưng luôn mê gái đẹp, muốn tư thông với Phan Kim Liên.

Lúc đó, tôi gắn tai nghe hài kịch *Võ Tòng sát tẩu* (Paris By Night 57), và cười to đến nỗi thằng bạn trực chung bệnh viện đi ngang phòng, ngoái đầu nhìn vào tưởng tôi bị khùng.

Tôi cười vì các diễn viên đóng hay quá, Kiều Linh, Quang Minh, Hồng Đào, Trang Thanh Lan, và Chí Tài đóng kịch mà như không đóng. Nhất là Chí Tài diễn Tây Môn Khánh, là người khiến tôi cười nhiều nhất, ở đâu lại có ông già tuy giàu nhưng tay chân run lập cập, té lên té xuống, đi đứng không nổi, phải dùng sâm Hoa Kỳ để lấy sức tán gái.

Các vai diễn tuy lấy từ truyện *Thủy Hử*, tác giả Thi Nại Am, 700 năm trước ở Trung Quốc nhưng sao tôi vẫn thấy dáng dấp của cuộc sống ngày nay.

Sau những phút cười thoải mái, tôi quay lại thực tế, ngồi bên mép giường trong căn phòng trực lạnh lẽo của mình, nhìn chiếc *bipper*, đợi điện thoại, tự dưng mỉm cười vu vơ nghĩ xem nếu như mình về lại thời đó, tôi sẽ là ai, Võ Đại Lang, Võ Tòng, hay Tây Môn Khánh?

Cám ơn chú Chí Tài đã để lại hàng triệu tiếng cười trong lòng mọi người.

"Chú mất đi trong ánh mắt, nhưng tồn tại mãi trong trái tim".

PHẦN 3:

"Nghề" được kính trọng nhất

Mùa tốt nghiệp

Tháng Tư, tháng Năm là mùa tốt nghiệp. Bởi vậy, tháng trước khi tôi rủ má đi tham dự lễ "lên chức" Fellow (Induction Ceremony) của Hiệp hội Bác sĩ Hoa Kỳ (American College of Physicians, viết tắt ACP), má tôi liền hỏi:

- Bộ con tốt nghiệp nữa hả?

Má tôi hỏi vì đã đi dự quá nhiều lễ tốt nghiệp của tôi, từ tốt nghiệp Đại học Michigan, Đại học Grand Valley cho đến Y khoa tại New York, rồi tốt nghiệp bác sĩ nội trú, tốt nghiệp nghiên cứu sinh ở USC (Đại học Nam California),... Tôi giải thích rằng lễ lên chức Fellow này không phải lễ tốt nghiệp, mà dành cho những bác sĩ được vinh danh trong hiệp hội vì những đóng góp cho chuyên khoa.

Năm nay lễ "lên chức" diễn ra ở San Diego, quy tụ nhiều Fellow từ những năm trước nên có rất nhiều tân Fellow. Thống kê cho thấy tuổi đời của các tân Fellow của ACP từ 35 đến 87 tuổi. Tính ra lễ lên chức Fellow của ACP có thể xem là già. Đa số các Fellow đều đi dạy và giữ vị trí giáo sư, phó giáo sư hay phó trưởng khoa trong các bệnh viện.

Mỗi Fellow được đeo một dải băng màu xanh óng ánh đi tới đi lui nhìn vui vui y như các bạn vừa tốt nghiệp… *high school*.

Trong lúc ngồi cà phê tán gẫu, tôi chú ý đến một bác gái lớn tuổi tóc bạc phơ, khòm lưng ngồi xe lăn, trên vai đeo dải ruy băng màu xanh có chữ "New FACP". Tôi ấn tượng quá, đến chào hỏi:

- Xin chúc mừng… bác tân Fellow.

Bà lão quay lại mỉm cười, vẫy tôi lại gần thì thầm:

- Không phải tôi, con trai tôi mới là tân Fellow đó.

Lúc này thì cậu con trai của bà xuất hiện. Ông bác sĩ tân Fellow nhìn khá đứng tuổi, dáng người tầm thấp, trán cao lưa thưa tóc. Ông dẫn theo vợ, con trai, con dâu, và cả đứa cháu đang ẵm trên tay. Tôi liền hiểu, thì ra cả đại gia đình, từ mẹ cho đến cháu nội, đi chúc mừng chú tân Fellow này.

Tôi nhận ra, người mẹ nào cũng mong dự lễ tốt nghiệp của con mình. Dù con mình đã học bao nhiêu văn bằng đi chăng nữa, dù con mình có già bao nhiêu tuổi thì vẫn chỉ là đứa trẻ bé bỏng trong lòng mẹ.

Và hẳn người mẹ nào cũng ấm lòng khi thấy con mình ngày càng đi xa. Như lúc tôi thấy chú tân Fellow bước khập khiễng lên bục khi nghe đọc tên. Ở phía dưới, có người mẹ mắt mờ, khòm lưng đang ngồi xe lăn hướng về sân khấu, nhìn theo bóng hình người con trai nhỏ bé năm nào.

Lúc bước ra hội trường, tôi ngoái tìm má tôi trong đám đông, thấy tôi bà liền vẫy chào. Tôi ước gì sẽ còn tiếp tục tốt nghiệp nữa để mai mốt có thể rủ má tôi đi cùng.

Happy National Doctors' Day – Mừng ngày Bác sĩ Hoa Kỳ

Hôm nay là ngày Bác sĩ Hoa Kỳ, tổ chức ngày 30 tháng Ba hằng năm, vinh danh những thiên thần áo trắng ngày đêm cống hiến cho cộng đồng và xã hội.

Ngày bác sĩ này thường được tổ chức tại bệnh viện bằng các buổi tiệc ăn mừng lúc trưa hay những buổi tiệc rượu buổi tối. Tôi không nhớ lần cuối mình dự tiệc lễ bác sĩ là khi nào, chắc cách đây khoảng vài năm. Hôm nay, tôi cũng có lời mời ghé qua một buổi tiệc trong bệnh viện nhưng có lẽ sẽ không đi được vì còn lịch khám bệnh.

Còn tiệc dạ vũ buổi tối thì tôi chỉ đi một lần lúc làm nghiên cứu sinh Fellow (lúc đó chắc rảnh). Mà tiệc dạ vũ buổi tối chỉ gặp toàn mấy bác sĩ lớn tuổi, hỏi ra thì mấy bác sĩ trẻ đang bận trực bệnh viện hay đi làm thêm.

Nghề bác sĩ tại Mỹ, ngoài những hào nhoáng bên ngoài, còn có những cực khổ và hy sinh bên trong mà chỉ bản thân, người thân và gia đình của bác sĩ mới hiểu rõ.

Mỗi năm, vào ngày này, tôi thường dành một vài phút sáng sớm để cảm ơn và tri ân những bệnh nhân của tôi. Ngày này, hằng nằm còn nhắc cho tôi nhớ mình may mắn thế nào khi được làm công việc mình yêu thích và hành nghề bác sĩ tại Hoa Kỳ.

Trà sữa

Vừa tập gym xong, tôi cảm giác như mình thiếu thiếu thứ gì. À thì ra tôi đã không uống trà sữa hơn hai tuần rồi, phải ghé tìm mua một ly Boba thôi.

Chỗ tôi ở là thiên đường của trà sữa.

Chạy một vòng đã thấy rất nhiều thương hiệu như Half and Half, Gocha, Moo Tea, Neighbor, Tea Brick cho đến Boba Avenue, mở cửa đến hơn mười hai giờ đêm, bán đủ loại trà sữa, từ loại cổ điển trà sữa trân châu đến hiện đại trà sữa đường nâu, tạo điều kiện cho bệnh tiểu đường và cao mỡ liên tục phát triển. Đi về downtown LA thì có Bon Bon, Bubble, Hey Hey, hay ngược về Quận Cam thì có 3 Catea, Junbi.

Hôm nay, tôi ghé thử một quán trà mới gần chỗ tập gym. Quán nhỏ, không gian màu trắng trang trí nhẹ nhàng. Dù đã hơn mười giờ tối nhưng quán vẫn khá đông. Một nhóm các bạn trẻ ngồi tám chuyện, đánh bài, cười nói rôm rả. Bên kia, một cô gái mặt nghiêm nghị ngồi gõ gõ trên máy Macbook Air màu bạc, đeo tai nghe không dây. Góc khác, có anh chàng châu Á đeo kính to cắm cúi vào quyển sách dày cộp.

Tôi ngồi vào một chiếc bàn trống, lơ đễnh nhìn ra ngoài trời đã tối om. Đúng lúc, anh chàng kính cận tháo kính xuống, đóng lại quyển sách dày. Tôi liếc qua nhìn thì biết ngay đó là quyển ôn luyện MCAT để thi vào trường Y.

Mấy bạn sinh viên cũng than rằng thi MCAT dạo này khó quá, điểm phải trên 512 trở lên mới có cơ hội vào trường Y. Tôi chợt nhớ đến hồi xưa mình cũng phải luyện thi MCAT trầy da tróc vẩy, đâu có trà sữa nhâm nhi như bây giờ. Rồi thi MCAT xong thì đến USMLE 1, rồi USMLE 2 CK, rồi USMLE CS, rồi USMLE 3, rồi thi Board, rồi... thi tiếp cho đến hết đời bác sĩ.

Vừa nhâm nhi ly trà sữa thơm béo (dù đã giảm 50% đường) vừa lái xe, thoáng cái về nhà đã thấy hai đứa Rum và Đơm chờ sẵn xin uống ké. Thỉnh thoảng thấy tụi nó ngoan, tôi cũng cho tụi nó uống thử trà sữa. Cả hai không dùng được ống hút nên tôi phải đổ ra cái tô nhỏ cho tụi nó liếm trà sữa hì hục.

Quý vị có thích uống trà sữa không?

Mũi tiêm của hy vọng

17/12/2020, tôi là một trong những bác sĩ đầu tiên được chích Covid-19 vắc-xin Pfizer/ BioNTech tại bệnh viện Methodist ở California.

Một cảm giác khó tả pha lẫn xúc động khi tôi nhìn anh chàng y tá tiêm những giọt dịch trong suốt chầm chậm vào bắp thịt mình. Đó là thành quả nghiên cứu khoa học của hàng ngàn bác sĩ, chuyên viên, làm việc miệt mài không quản ngày đêm suốt mười tháng qua để cho ra đời loại vắc-xin chống lại đại dịch Covid-19. Đó là một kỷ lục trong Y khoa, một bằng chứng cho thấy những kỹ thuật mới (mRNA vaccine) tưởng chừng chỉ là ý tưởng giờ đã thành hiện thực.

Tôi nghĩ đến những bệnh nhân Covid-19 của mình, nhớ đến những đồng nghiệp đang vất vả chống chọi căn bệnh, và nhớ cả những cuộc gọi lúc nửa đêm, có khi chỉ để lắng nghe bác trai vừa khóc, vừa liên tục kể về bác gái vừa mất do Covid-19.

Tôi thấy hy vọng trong những ngày tới, khi bệnh nhân, nhân viên y tế, và tất cả mọi người sẽ được chích vắc-xin. Chỉ như vậy, chúng ta sẽ có miễn dịch cộng đồng chống Sars-Cov-2 để hoàn toàn chấm dứt đại dịch này.

Tôi sẽ ngửi lại mùi bún bò huế ở tiệm Nha Trang gần phòng khám, sẽ chạy ngang tiệm cơm tấm sườn bì Kiều mà không phải phân vân không biết có nên vào ăn hay không, sẽ đến tiệm cắt tóc quen thuộc góc đường Valley, sẽ đi cổ vũ đội bóng rổ Laker, sẽ thấy chương trình Paris By Night ra số 201 có quay hình trực tiếp, và tôi sẽ tiếp tục đi lang thang đây đó.

Vì chúng ta đã có mũi tiêm hy vọng.

Đi Cần Thơ: Hội thảo về chữa trị hậu Covid-19

Tối hôm qua tôi đến Cần Thơ trong vòng ba tiếng đồng hồ bằng... Internet để trình bày về cập nhật chữa trị hậu Covid-19.

Tôi thích Tây Đô ngay từ thuở bé. Ba tôi hay kể về vùng đất trù phú Cần Thơ, về vú sữa Ô Môn, vùng cây kiểng Bình Thủy, bến Ninh Kiều, cồn Ấu, và chợ nổi Cái Răng. Tôi cũng thích phim *Người đẹp Tây Đô* vì con gái Tây Đô ngoài đời... đẹp thật. Người Cần Thơ chất phác, thẳng thắn, và rất hiếu khách.

Trường Đại học Y Dược Cần Thơ những năm gần đây phát triển mạnh mẽ. Tôi có dịp về trường Y giảng dạy năm 2018 và nhìn thấy sự thay đổi rõ rệt trong vòng mấy năm. Hôm qua, nhìn giảng đường to lớn khang trang, rất nhiều bạn xưa kia là sinh viên năm cuối mà hôm nay đã là bác sĩ chuyên khoa hay bác sĩ nội trú.

Tôi đặc biệt ấn tượng với sự ham học hỏi và khả năng tiếng Anh của các bạn sinh viên trường Y Cần Thơ. Cách đây mười năm, tiếng Anh chuyên ngành thường chỉ mở lớp ở trường Y Sài Gòn hay Hà Nội. Bây giờ, sinh viên Y Cần Thơ có thể giao tiếp bằng tiếng Anh chuyên ngành thoải mái, một vài bạn đã có đích nhắm USMLE (kỳ thi cấp phép y tế Hoa Kỳ) hay nội trú Y khoa tại Hoa Kỳ.

Tôi trình bày ở hội thảo về cách quản lý chữa trị hậu Covid-19 tại Mỹ với những nhóm bệnh nhân đặc biệt như ung thư, người tàn tật, trẻ em,… và trao đổi về vấn đề suy dinh dưỡng hậu Covid-19. Tôi cũng học hỏi thêm từ các báo cáo viên khác là những chuyên gia đầu ngành từ nhiều nơi trên thế giới. Hy vọng tôi sẽ tiếp tục có dịp làm việc với trường Y Dược Cần Thơ cũng như được gặp trực tiếp các bạn sinh viên và đồng nghiệp trong tương lai không xa.

Trả lại danh xưng "Bác sĩ"

Gần đây tôi tham gia nhiều hội nghị Y khoa (online) ở Việt Nam. Điều khiến tôi ngạc nhiên là nhiều đồng nghiệp có bằng Bác sĩ và Tiến sĩ (MD/PhD) nhưng trong danh xưng họ chỉ để là Tiến sĩ. Điều này có thể mang ý là bằng Bác sĩ "thấp" hơn nên họ chỉ để văn bằng cao nhất của họ trên danh xưng? Một số hội nghị khác thì chỉ để báo cáo viên là Thạc sĩ hay Tiến sĩ mà không để là Bác sĩ, mặc định là ai đã có danh xưng Tiến sĩ hay Thạc sĩ thì đã là Bác sĩ.

Bài viết này chỉ ra những hệ quả nghiêm trọng về mặt luật pháp lẫn lâm sàng nếu dùng thiếu danh xưng Bác sĩ trong hội nghị và trong giao tiếp.

 # Tiến sĩ và Bác sĩ là hai danh xưng/ nghề nghiệp hoàn toàn khác nhau

Ở góc độ hàn lâm, hai ngành này khác nhau hoàn toàn. Bác sĩ trong ngành Y khoa, là danh xưng hành nghề để chữa bệnh. Thường Giáo sư giảng dạy trường Y (nhất là phần thực hành lâm sàng) phải là Bác sĩ có bằng hành nghề. Trong khi đó, Tiến sĩ thuộc ngành Nghiên cứu và Giảng dạy (có thể nghiên cứu Y khoa). Tiến sĩ có thể dạy ở trường Y, nhưng thường chỉ dạy các môn khoa học cơ bản, và càng không thể dạy lâm sàng. Cả hai bằng Bác sĩ và Tiến sĩ đều phải học rất lâu và trải qua nhiều kỳ thi kiểm định.

Ở góc độ luật pháp, người khám chữa bệnh không có bằng hành nghề bác sĩ, mặc dù có bằng Tiến sĩ, có thể ngồi tù, bị phạt đến 105 triệu USD như trường hợp của Tiến sĩ Robert Young tại San Diego năm 2017 (1). Lưu ý là Bác sĩ có thể đi giảng dạy nghiên cứu như Tiến sĩ nhưng Tiến sĩ không thể khám chữa bệnh như Bác sĩ.

Ở góc độ kinh tế, học bác sĩ tốn kém hơn rất nhiều so với học Tiến sĩ. Tại Mỹ, sinh viên nợ khoảng 350.000 USD để có bằng Bác sĩ, trong khi học Tiến sĩ tại Mỹ là miễn phí do được cấp học bổng. Lương bác sĩ giảng dạy, theo thống kê tại Hiệp hội Trường Y Hoa Kỳ, cao gấp hai lần so với lương Tiến sĩ giảng dạy tại trường Y (2). Cơ hội việc làm với Bác sĩ tại Mỹ là bảo đảm, trong khi học Tiến sĩ ra khả năng kiếm việc ổn định không cao (trên 50% Tiến sĩ tại Mỹ ra trường thất nghiệp) (3).

Đa số giảng viên trường Y tại Hoa Kỳ là Bác sĩ, chỉ một số ít có cả hai bằng Bác sĩ/Tiến sĩ hay chỉ có bằng Tiến sĩ. Điều đó cho thấy hai danh xưng này khác nhau. Đa số các hiệu trưởng trường Y hay trưởng khoa tại Hoa Kỳ chỉ có bằng Bác sĩ.

 # Đào tạo Tiến sĩ tại Việt Nam ở đại học Y khoa nên gây hiểu lầm

Cách đào tạo Tiến sĩ nghiên cứu Y khoa tại Việt Nam hiện nay là ứng viên thường phải có bằng Bác sĩ rồi mới học lên Thạc sĩ (Bác sĩ Nội trú hay Bác sĩ Chuyên khoa 1) và sau đó lên Tiến sĩ (hoặc Bác sĩ Chuyên khoa 2). Vì vậy, mọi người trong ngành Y Việt Nam thường hiểu rằng ai đã có bằng Thạc sĩ hay Tiến sĩ thì đã có bằng Bác sĩ. Nhìn chung, học Bác sĩ tại Việt Nam có thể xem là ngắn so với thế giới. Học 6 năm đại học đã có danh xưng Bác sĩ, thêm 18 tháng có thể có bằng hành nghề, tổng cộng khoảng gần 8 năm. Nếu học hệ Bác sĩ nội trú (BSNT) hay Chuyên khoa 1/Chuyên khoa 2 (CK1/2) thì tổng cộng mất khoảng 10 năm để trở thành bác sĩ chuyên khoa so với nước ngoài là khoảng 13-15 năm.

Trong khi đó, học Bác sĩ tại nhiều nơi trên thế giới khác hẳn với học Tiến sĩ. Thường ứng viên phải tốt nghiệp đại học, vào học trường Y, sau đó làm nội trú chuyên khoa hay nghiên cứu sinh nhiều năm trước khi trở thành bác sĩ thực thụ. Tại Mỹ, học Bác sĩ thường lâu (11-15 năm) hơn so với học Tiến sĩ (8-10 năm)

 # Có cả hai văn bằng Bác sĩ và Tiến sĩ mà chỉ dùng danh xưng Tiến sĩ có thể gây hiểu lầm là không có bằng hành nghề chữa bệnh.

Khi quý vị ra nước ngoài hay tham dự hội nghị, quý vị là Bác sĩ, Tiến sĩ (BS.TS) (MD/PhD) mà chỉ để là Tiến sĩ (PhD) sẽ khiến nhiều người hiểu lầm là quý vị chỉ làm nghiên cứu giảng dạy, không có kinh nghiệm lâm sàng và không có bằng hành nghề chữa bệnh.

Tương tự, nếu quý vị có bằng cao học Thạc sĩ/Bác sĩ (ThS/BS) mà chỉ để bằng cao học (MSc) thì sẽ khiến người khác hiểu lầm là quý vị không có kinh nghiệm lâm sàng hay không có bằng hành nghề Bác sĩ.

Nguy hiểm hơn, nhiều vị là hiệu trưởng hay phó hiệu trưởng, trưởng khoa ở trường Y tại Việt Nam chỉ để trên danh xưng là Tiến sĩ mà không để đầy đủ Tiến sĩ - Bác sĩ (TS. BS). Khi các vị này ký giấy tờ và dịch giấy tờ của sinh viên Y khoa ra nước ngoài, có thể gây hiểu lầm quý vị không phải là bác sĩ mà đi dạy Y khoa.

 # Nếu có cả hai bằng thì dùng văn bằng nào trước? BS. TS hay TS. BS?

Ví dụ như BS. TS Nam Nguyen hay TS. BS Nam Nguyen? Vậy phải đặt thêm câu hỏi *"Công việc chính của bạn là khám chữa bệnh hay giảng dạy nghiên cứu?"*. Nếu công việc chính là khám chữa bệnh thì danh xưng là BS. TS. Nam Nguyen, công việc chính là nghiên cứu thì danh xưng là TS. BS. Nam Nguyen

Tóm lại:

Nên để đầy đủ danh xưng BS. TS (Hoặc BS. Ths) nếu có cả hai trong hội thảo và thứ tự danh xưng ưu tiên theo công việc của mình.

---

(1)   *https://casetext.com/case/people-v-young-2186*

(2)   *https://www.aamc.org/news/faculty-salaries-rise-23-and-new-data-spotlight-gender-gap*

(3)   *https://www.theatlantic.com/business/archive/2013/02/the-phd-bust-americas-awful-market-for-young-scientists-in-7-charts/273339/*

"Nghề" được kính trọng nhất

Có một nhóm bạn ngồi cà phê, tranh luận xem nghề nào nên có mức lương cao nhất và nên được xã hội kính trọng nhất.

Có bạn cho rằng nghề bác sĩ vì nghề này chăm sóc, cứu mạng bệnh nhân và học lâu nhất. Có bạn cho rằng là luật sư vì đây là người hiểu rõ pháp luật mang lại công lý cho người dân, hay có người cho rằng thầy giáo vì đây là nghề dạy dỗ học trò. Có bạn lại nói doanh nhân vì là người tạo ra của cải xã hội nên có mức lương cao nhất và được kính trọng nhất.

Nhưng có một "nghề" tôi nghĩ nên trả lương cao nhất và được xã hội quý trọng nhất. Đó là "nghề" làm mẹ.

Từ lúc sinh con ra, người mẹ là bác sĩ vĩ đại nhất, luôn chăm sóc dỗ dành, nâng niu sức khỏe của con trẻ. Lớn lên, người mẹ là luật sư bảo vệ mang lại công bằng cho con cái, là thầy giáo dạy dỗ những ngày con học ở nhà, và cũng là người còng lưng đi làm kiếm cơm như doanh nhân, chắt chiu từng đồng nuôi con khôn lớn thành tài.

Nếu không có những người mẹ vĩ đại, sẽ không bao giờ có những đứa con thành công.

Nhân ngày Lễ của Mẹ, tôi xin chúc sức khỏe đến tất cả những người má, mẹ, mạ, u, bầm, bu và các cô gái sắp làm mẹ vì làm mẹ là "nghề" cao quý nhất, dĩ nhiên nên có mức lương cao nhất và xứng đáng được xã hội trân trọng nhất.

Chuyên khoa
"suy nghĩ nhiều" và
"làm nhiều"

Thứ Tư là ngày tôi thích nhất trong tuần vì đây là ngày tôi làm các tiểu phẫu và thủ thuật. Đây cũng là ngày tôi theo dõi các ca mổ lần trước, xem các vết thương lành thế nào và đọc kết quả sinh thiết.

Khi một sinh viên Y khoa chuẩn bị ra trường, anh/cô ta sẽ chọn theo một trong hai trường phái để học tiếp lên bác sĩ nội trú: Một là "suy nghĩ nhiều" (Thinker) hoặc là "làm nhiều" (Doer) để chữa bệnh. Các chuyên khoa "suy nghĩ nhiều" để tìm bệnh thường là các chuyên khoa nội, chuyên khoa tâm thần (chuyên khoa "nói nhiều"), dùng thuốc và trị liệu để chữa. Các chuyên khoa "làm nhiều" thiên về ngoại khoa dùng phẫu thuật hay các kỹ thuật can thiệp để chữa bệnh. Các chuyên khoa khác kết hợp cả hai là chẩn đoán can thiệp và phẫu thuật chữa trị như sản phụ khoa, da liễu, tai mũi họng, can thiệp hình ảnh. Thường các chuyên khoa "làm nhiều" lương cao hơn chuyên khoa "suy nghĩ nhiều".

Hôm nọ, tôi làm can thiệp chích giảm đau khớp hỗ trợ bằng siêu âm, bác sĩ nội trú của tôi chụp được tấm hình đúng lúc bóng đổ của cây kim kéo dài tạo thành mảng sáng bên dưới y như bức tranh nghệ thuật.

Tôi chợt nghĩ, chắc phải có thêm phần "nghệ thuật" vào bên cạnh việc "nghĩ nhiều" và "làm nhiều" trong Y khoa.

Việt Nam có quá ít luật sư?

Hôm nọ, có bác sĩ nội trú báo rằng có người thân của bệnh nhân hăm dọa giết bạn ấy khi đang khám bệnh.

Tôi có nói rằng bạn nên báo cảnh sát vì hăm dọa giết người là tội hình sự, theo luật Penal Code California 422, Hoa Kỳ, thì bị cáo có thể bị phạt tù đến bốn năm. Các bạn trả lời là luật Việt Nam khác Mỹ, thủ tục phức tạp, hiệu quả không cao.

Tôi thử tìm hiểu về luật sư bên Việt Nam bảo vệ ngành Y thì mới thấy là luật sư chuyên về ngành này tại Việt Nam thuộc hàng hiếm hoi trên thế giới.

Hoa Kỳ có khoảng trên 330 triệu người, nhưng có khoảng 1,2 triệu luật sư, trung bình khoảng 300 người dân có một luật sư. Số luật sư hành nghề tại Mỹ còn nhiều hơn cả bác sĩ (có khoảng 1 triệu bác sĩ tại Mỹ) nên tôi hay nói đùa là bên Mỹ dễ bị kiện tụng lắm do nhiều luật sư thất nghiệp.

Trong khi đó, Việt Nam dân số gần 100 triệu nhưng chỉ khoảng 16.000 luật sư, tính ra chỉ có 1 luật sư trên 6.250 người. Tìm hiểu kỹ thêm thì chỉ khoảng 60% trong số luật sư đang hành nghề, trong đó có khoảng 5% là thực sự sống khỏe nhờ nghề luật sư).

Luật sư là một nghề quan trọng trong xã hội. Ở các nước phát triển, tỷ lệ luật sư trên dân số rất cao. Tỷ lệ luật sư cao còn chỉ ra hệ thống luật pháp rõ ràng và tôn chỉ thượng tôn pháp luật của nước đó.

Các kiện tụng trong ngành Y khoa cần những luật sư chuyên môn giỏi hiểu biết sâu rộng về cả ngành Luật lẫn Y khoa. Tại Mỹ, có nhiều trường Y đào tạo cả ngành Bác sĩ/Luật sư (MD/JD) để có những Bác sĩ/Luật sư chuyên môn giỏi.

Vì ngành luật Việt Nam có quá ít luật sư, lại càng ít luật sư hành nghề bên mảng Y khoa, nên tôi thấy suy luận của các bạn bác sĩ trẻ bên Việt Nam cũng có lý khi cho rằng sẽ không mấy hiệu quả nếu các bạn kiện những người thân của bệnh nhân hăm dọa giết mình.

Bạo lực trong ngành Y là một chủ đề nhức nhối khi ngày càng có những bác sĩ và nhân viên y tế bị hành hung. Hy vọng sẽ sớm có nhiều luật sư tâm huyết tại Việt Nam bảo vệ các bác sĩ và nhân viên y tế trước những bất công, bạo lực trong ngành Y.

Boston

Có hai nơi làm thay đổi tư duy của tôi là University of Michigan ở Ann Arbor, Michigan và Harvard Medical School ở Boston, Massachusetts.

Năm 2008, lúc đang học Y khoa ở New York, tôi may mắn nhận được học bổng mùa hè làm nghiên cứu ở bệnh viện Nhi khoa Boston, là bệnh viện giảng dạy của trường Y Harvard. Tôi làm trong lab của một giáo sư người Trung Quốc, chuyên về nghiên cứu *protein G coupled receptor* (GCPR) trong việc phát triển não ở trẻ em.

Sau giờ làm việc ở lab, đến chiều tôi tham gia các cuộc họp phân tích ca bệnh lâm sàng trẻ sơ sinh trong bệnh viện. Tôi sớm nhận ra cuộc sống trong giới Y khoa hàn lâm tại Boston áp lực không thua gì ngoài đời sống. Từ bà giáo sư chủ lab tất bật mỗi sáng cho đến toàn bộ sinh viên hay nghiên cứu sinh đều mang bộ mặt nghiêm trọng, phải làm việc muộn mỗi tối. Ai nấy đều chạy để kịp *deadline* dự án, kịp xin tiền tài trợ (grant), kịp ra dữ liệu, hay kịp nộp bài. Cuộc sống hàn lâm trong phòng lab mới nhìn tưởng im ắng nhưng lại ồn ào, áp lực như dòng sông Charles đang chảy êm đềm bỗng trở nên cuồn cuộn khi ra biển bên bờ Viện Bảo tàng Nghệ thuật Đương đại (ICA) Boston.

Ở Boston, tôi được gặp nhiều bạn bè từ khắp nơi trên thế giới. Có anh bạn nghiên cứu sinh sau Tiến sĩ ở Frankfurt, Đức nói tiếng Anh không rành phải vất vả chạy taxi ban đêm để kiếm thêm thu nhập. Anh công tử nhà giàu đẹp trai từ Seoul, Hàn Quốc qua đây chỉ nghiên cứu vài phút mỗi ngày, thời gian còn lại anh đi mua sắm xe xịn, dẫn đám bạn gái đi chơi, nhưng vẫn xong cái bằng Tiến sĩ (PhD) cho đẹp hồ sơ rồi quay về xứ kim chi làm sếp. Cũng có một anh chàng nghiên cứu sinh Hàn Quốc từ hãng Samsung làm việc ngày đêm bên lab ở MIT, buổi tối thì tranh thủ ra chơi với đám nghiên cứu sinh chúng tôi.

Cái tôi học được lớn nhất ở đây là không có ước mơ nào là lớn hay nhỏ, chỉ có chúng ta có dám mơ hay không.

Anh chàng Samsung sau khi ngà ngà rượu Soju nói rằng sẽ có một ngày Samsung trở thành nhà sản xuất điện thoại số một của thế giới (và sau này đã trở thành sự thật), hay anh chàng từ Đức muốn trở thành nhà phân tích gene hàng đầu của châu Âu. Một cô bạn khác trong lab thì muốn trở thành bác sĩ tâm lý cho trẻ nhi chậm phát triển.

Cái tôi học được ở Boston nữa là thấy mình "giỏi lây" khi được làm việc với những người thông minh, tài giỏi. Tôi tự đánh giá mình không phải quá thông minh, nhưng nhờ chơi với nhiều người thông minh, tài giỏi nên dần dà tôi học được cách suy nghĩ thông minh giống như họ.

Mấy tháng ở Boston làm tôi yêu mến thành phố dễ thương này. Tôi thích góc phố châu Âu nhỏ nhắn, những tòa nhà san sát ngay trong lòng thành phố, hay nhìn ngắm lịch sử của đất nước Hoa Kỳ trên con đường gạch đỏ Freedom Trail, đi qua 16 địa điểm lịch sử nổi tiếng như công viên trung tâm Boston, là công viên lâu đời nhất tại Hoa Kỳ hay tàu hải quân USS Constitution, hạ thủy năm 1797.

Tối nay, tôi bay đêm xuyên nước Mỹ đến Boston. Thành phố hoa lệ Los Angeles sắp chìm vào giấc ngủ qua những màn sương mờ phủ trên các tòa cao ốc. Mấy tháng không trở lại, sân bay LAX nhộn nhịp hơn như trước đại dịch Covid-19. Rời khỏi phòng chờ, tôi nhấp một ngụm cà phê Starbucks rồi di chuyển lên máy bay. Đèn hướng dẫn xanh vàng chớp chớp dẫn đường chiếc Boeing 757 bắt đầu vượt màn sương ra đường băng 25R…

Bài viết trên đường tham dự hội thảo thường niên da liễu AAD 2022 tại Boston.

Bệnh vô cảm

Một bé gái tám tuổi bị người thân trong gia đình đánh đập nhiều lần dẫn đến rách mặt, dập phổi, gãy xương sườn, gãy xương chậu, và cuối cùng là tử vong. Câu hỏi là vì sao trong một thời gian dài mà cha bé và những người xung quanh không can thiệp?

Trong Y khoa, bệnh vô cảm là khi bệnh nhân không có cảm giác với mọi thứ xung quanh, không quan tâm, và không muốn can thiệp. Bệnh vô cảm có thể từ nhiều lý do, gồm các bệnh trầm cảm, tâm thần, bệnh Parkinson, bệnh mất trí nhớ, và có thể do hoàn cảnh môi trường gây vô cảm.

Ở một môi trường mà người ta không thể can thiệp hoặc can thiệp không có hiệu quả thì dần dần mọi người sẽ không còn cảm giác muốn can thiệp nữa, bỏ mặc những thứ tưởng chừng cơ bản như tiếng la hét vì đau đớn của một đứa trẻ hay những vết bầm, dáng đi xiêu vẹo.

Câu chuyện trẻ em bị bạo hành ở Việt Nam không phải là mới. Báo Tuổi Trẻ Online (TTO) năm 2019 lấy thống kê từ UNICEF cho thấy gần 70% trẻ em ở Việt Nam từng bị đánh ít nhất một lần (1) với 2.000 ca mỗi năm, nghĩa là có khoảng 6 trẻ em mỗi ngày bị đánh hay xâm hại. Báo TTO cũng nói con số thực tế còn cao hơn con số 2.000 ca báo cáo.

Và như thế, cứ mỗi bốn tiếng, bệnh vô cảm làm cho người ta quên đi những trường hợp trẻ em đang bị đánh, và cứ bốn tiếng, thêm một đứa bé bị tổn thương tâm thần. Những chấn thương tâm lý này sẽ theo đứa bé đến suốt đời, có thể khiến bé trở nên vô cảm hơn khi lớn lên, với suy nghĩ, mình đã từng bị đánh, và có ai giúp mình đâu.

Xem những cảnh ghi hình trước khi bé An mất, người ta còn thấy những trang vở lật mở, những bài học vội vã sau trận đòn nhừ tử. Có lẽ, bé đã biết cách tốt nhất để thay đổi số phận của mình là đi học và bé đã cố gắng. Nhưng An ơi, bé không còn cơ hội làm lại cuộc đời...

Bài viết dựa theo thông tin Bé An – bé gái 8 tuổi bị bạo hành đến chết ở Sài Gòn, Việt Nam. (2)

---

(1) https://tuoitre.vn/gan-70-tre-em-viet-nam-tung-bi-bao-hanh-xam-hai-20190418102323645.htm

(2) https://vnexpress.net/be-gai-o-sai-gon-tu-vong-vi-bi-danh-trong-thoi-gian-dai-4453317.html

Quà tặng từ
bác sĩ Hải quân

Tuần trước, tôi nhận được một món quà thú vị từ một bác sĩ Hải quân ở Bệnh viện Quân đội Quốc gia Walter Reed, là kỷ niệm chương và cây bút từ Nhà Trắng. Câu chuyện của vị bác sĩ người Việt này làm tôi nghĩ về ngành Y Hải quân, và những trải nghiệm thú vị khi vừa là sĩ quan hải quân vừa là bác sĩ.

Lúc được nhận vào trường Y, tôi có cơ hội tham gia chương trình học bổng trở thành bác sĩ Hải quân. Trong chương trình này, Hải quân sẽ trả toàn bộ học phí trường Y, mỗi tháng sinh viên Y (MD/DO) sẽ được nhận tiền lương, và bắt đầu được thăng cấp dần dần. Trong lúc học Y, sinh viên sẽ phải học các khóa huấn luyện của sĩ quan Hải quân (45 ngày/năm).

Khi vừa ra trường Y, bác sĩ sẽ bắt đầu là đại úy Hải quân (O-3) và dần thăng hàm khi xong nội trú/làm nghiên cứu sinh chuyên khoa. Cái khó của ngành Y Hải quân là Bác sĩ Hải quân phải phục vụ ít nhất bảy năm sau khi xong nội trú/nghiên cứu sinh và phải chịu sự phân công nơi làm việc của Hải quân, thường là đến các nước khác có cơ sở Hải quân Hoa Kỳ hay các quân cảng chính tại Mỹ.

Sĩ quan Hải quân Y khoa, ngoài được mặc đồng phục trắng rất đẹp như phim Hollywood, còn được hưởng nhiều lợi tức, từ nhà cửa, du lịch, ăn uống, và nhiều quyền lợi khác cho đến khi nghỉ hưu. Tôi đắn đo suy nghĩ mãi, cuối cùng từ chối con đường này vì một vài lý do riêng.

Bệnh viện Vì Dân

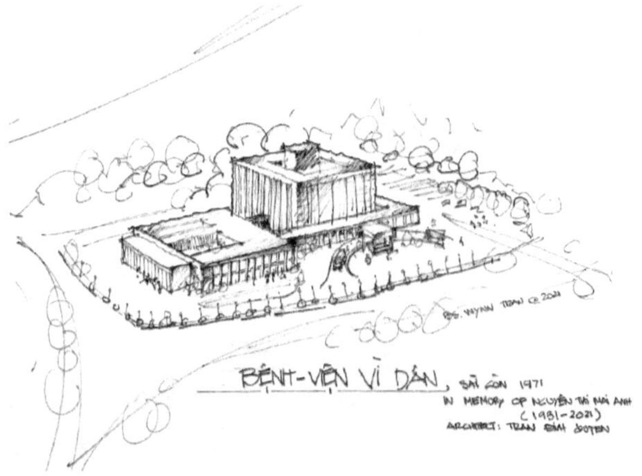

Trong lịch sử Kiến trúc và Y khoa Việt Nam, một trong những bệnh viện mà tôi ấn tượng nhất là Bệnh viện Vì Dân (nay là Bệnh viện Thống Nhất).

Năm 1971, bà Nguyễn Thị Mai Anh, với cương vị là đệ nhất phu nhân Việt Nam Cộng Hòa, cảm nhận được sự thiếu thốn cơ sở điều trị y tế, cảm nhận được sự khốn khó của người nghèo Sài Gòn, bà đã thành lập một bệnh viện tư miễn phí phục vụ cho người nghèo. Bà đặt tên bệnh viện là "Vì Dân" để nhấn mạnh mục tiêu khám chữa bệnh của bệnh viện. Tuy là bệnh viện tư, có trên 400 giường với trang thiết bị hiện đại nhất vào thời đó, nhưng Bệnh viện Vì Dân hoạt động như một bệnh viện công khám chữa bệnh hoàn toàn miễn phí cho người nghèo. Sau năm 1975, bệnh viện đổi tên thành Bệnh viện Thống Nhất.

Bệnh viện Vì Dân do Kiến trúc sư Trần Đình Quyền thiết kế. Điểm thú vị là Kiến trúc sư Trần Đình Quyền trước khi học Kiến trúc lại là sinh viên Y khoa Sài Gòn. Học Y đến đầu năm hai, ông bỏ học vì không thích mổ xẻ. Sau đó ông thi lại vào ngành Kiến trúc, tốt nghiệp trường Kiến trúc Sài Gòn. Năm 1960, ông được học bổng UNICEF và Bộ Y tế cho đi tham quan các bệnh viện tại Mỹ. Trong thời gian tham quan, ông bị gãy chân, được đưa vào phòng cấp cứu của bệnh viện để chữa trị. Do là bệnh nhân, được phẫu thuật, và trải qua bao nhiêu phòng ban tại Mỹ, ông nhanh chóng nhận ra thiết kế bệnh viện Mỹ phức tạp nhưng hiệu quả. Sau khi lành chân, ông được cấp học bổng học thiết kế bệnh viện tại trường Đại học Kiến trúc danh tiếng Columbia New York.

Về nước, ông được bà Mai Anh đặt thiết kế Bệnh viện Vì Dân với phong cách hiện đại của bệnh viện Mỹ. Lúc bấy giờ, các bệnh viện tại Việt Nam phần lớn thiết kế theo kiểu Pháp với kiến trúc phân tán các khối như Bệnh viện Nhi Đồng 2. Trái với phong cách này, Kiến trúc sư Trần Đình Quyền áp dụng các nguyên lý thiết kế bệnh viện tại Mỹ, thiết kế các khối chữa bệnh tập trung gần nhau, kết nối bác sĩ, y tá, và bệnh nhân bằng các hành lang, thang máy, với mục tiêu bác sĩ di chuyển càng ít thì bệnh nhân càng được chăm sóc hiệu quả hơn.

Vấn đề là các bác sĩ Mỹ dùng máy lạnh và hệ thống thổi gió để thông gió kiểm soát nhiễm khuẩn trong khối nhà tập trung. Nếu áp dụng cách này vào Bệnh viện Vì Dân thì sẽ tốn quá nhiều tiền điện và kỹ thuật. Thay vào đó, Kiến trúc sư Trần Đình Quyền dùng các khối không gian lớn hứng gió, thiết kế các bông gió, tạo thông thoáng và nắng tự nhiên để xử lý vấn đề thông gió cho Bệnh viện Vì Dân.

Bà Mai Anh đã từ trần tại California. Tôi viết vài dòng, vẽ vài nét ký họa để cảm mến tấm lòng của một vị đệ nhất phu nhân cũng như tôn chỉ "Vì Dân" khám chữa bệnh của bà khi lập bệnh viện.

Nobel Y Sinh 2021: Vinh danh cảm xúc

Suốt cuộc đời này, chẳng phải chúng ta luôn đi tìm cảm xúc?

Cái nắm tay đầu tiên của đứa trẻ sơ sinh với mẹ, mùi giọt sữa đầu tiên mút từ bầu vú, vị mặn nụ hôn đầu tiên làm run rẩy đôi vai gầy, tô phở đầu tiên thơm lừng mùi rau quế xanh, cảm giác vỡ òa khi biết tin đậu đại học, và cái buông tay cuối cùng khi từ giã cuộc đời.

Tất cả đều là cảm xúc.

Năm 2021, giải Nobel Y Sinh vinh danh hai nhà khoa học David Julius and Ardem Patapoutian đến từ hai viện nghiên cứu ở California cho những phát hiện của họ về các thụ thể nhiệt độ và xúc giác, giúp chúng ta hiểu hơn về thần kinh cảm giác.

Vậy cảm xúc từ đâu đến?

Hầu như mọi chỗ trên người chúng ta đều có tế bào thần kinh cảm giác, đặc biệt là ở da. Chúng ta có rất nhiều tế bào thần kinh để cảm nhận nhiệt độ, xúc giác, và trạng thái đau. Da cũng là cơ quan lớn nhất và có nhiều tế bào thần kinh cảm giác nhất trong cơ thể. Khi chúng ta chạm vào vật gì, các tế bào cảm giác được kích hoạt, gửi về bộ não.

Não của chúng ta sẽ nhận biết, học hỏi, và ghi nhớ những cảm giác này. Các cảm giác dễ chịu, hạnh phúc, dịu dàng, sẽ được đưa vào vùng não hạnh phúc trong khi các cảm giác đau rát, bị phỏng, hay vết cắt sẽ nhắc chúng ta lần sau phải cẩn thận hơn.

Các tế bào thần kinh cảm giác kết hợp với các tế bào thần kinh khác như vị giác, khứu giác, thị giác, kèm theo các hệ cơ quan khác như hệ hô hấp thở nhanh hay chậm, hệ tim mạch bơm thêm máu, từ đó có thể tạo ra cảm xúc dâng trào khiến chúng ta không bao giờ quên.

Theo thời gian, có nhiều thứ chúng ta quên nhưng những cảm xúc ban đầu, những mùi vị thuở bé, những hình ảnh năm xưa, sẽ đi theo chúng ta suốt đời.

Tạm biệt những thực tập sinh

Hôm nay Scott, một trong những thực tập sinh mùa hè ở phòng khám của tôi, quay trở lại UC Riverside để học tiếp năm cuối ngành Y sinh (Biomedical), và chuẩn bị nộp đơn vào trường Y năm sau. Tuần trước, cũng có mấy thực tập sinh khác tạm biệt phòng khám để quay trở lại trường học.

Nhớ lại nhiều năm trước, tôi cũng bịn rịn nói lời chia tay với bệnh viện Holland, với phòng khám của bác sĩ Snyder để trở lại đại học, vùi đầu vào MCAT (kỳ thi bắt buộc để nộp đơn vào trường Y), vào các lớp dự bị Pre Med để chuẩn bị vào trường Y khoa.

Lúc ấy, tôi vẫn rất mơ hồ về tương lai của mình, không dám nghĩ sẽ đạt điểm MCAT tốt, không nghĩ sẽ vào được chương trình MD (Tiến sĩ Y khoa), lại càng không nghĩ mình sẽ trở thành giảng viên trường Y sau này.

Lúc ấy, những y tá, tiếp tân, bác sĩ cấp cứu ở Bệnh viện Holland đã nói là tôi sẽ làm được. Giờ nghĩ lại mới thấy những lúc khó khăn nhất, nếu có người chỉ dẫn và tin tưởng, rồi bạn sẽ làm được thôi.

Hôm ấy, chúng tôi chúc các thực tập sinh rời phòng khám sẽ trở thành những bác sĩ giỏi sau này.

Los Angeles về đêm

Gió thổi lạnh, vù vù bên ngoài đường cao tốc, tôi hòa mình vào dòng xe hối hả ngược xuôi về nhà.

Vừa kết thúc cuộc gọi với vài người bạn bên Việt Nam, tôi miên man suy nghĩ về cuộc đời. Thời điểm này đang là đỉnh điểm của dịch Covid-19 tại Việt Nam.

Tôi nhớ tiếng thở dài của thằng bạn khi kể không có việc làm đã hai tháng nay, nhớ tiếng khóc nức nở của cô bạn nói về người cha vừa mất vì Covid-19, nhớ tiếng thút thít, tiếng thở dài im lặng của bác gái khi nói về bác trai nằm trong ICU, và nhớ tiếng chuông điện thoại vô hồn không bắt máy của một đồng nghiệp bác sĩ mà tôi cố gọi tìm mấy hôm nay.

Bầu trời về đêm càng lạnh, nhưng tôi cảm giác rằng ở nơi xa xa bên kia địa cầu, có những câu chuyện còn lạnh hơn cái lạnh đêm nay…

Tháng 9/ 2021

Sao nỡ lòng lừa gạt niềm tin mong manh...

Trưa nay, một sinh viên Y khoa nhắn tin cho tôi về câu chuyện có một bác sĩ rút ống thở từ mũi của người mẹ đang bệnh Covid-19 để đưa vào mũi thai phụ. Sau đó, vị bác sĩ này đã gạt nước mắt vào phòng mổ và mổ bắt thành công hai em bé.

Câu chuyện đẹp như cổ tích nhanh chóng lan truyền trên mạng, làm hàng trăm trái tim thổn thức.

Em sinh viên y khoa hỏi tôi: *"Thầy ơi, có thật không vậy, sao em thấy nghi ngờ quá?"*.

Tôi đọc lại các bài viết về vị bác sĩ này và thấy ngay những khó hiểu về chuyên môn. Nhưng để chắc chắn, tôi nhắn tin một đồng nghiệp là bác sĩ Sản phụ khoa, hiện đang là Giảng viên Đại học Y tại Việt Nam và anh xác nhận đây là tin giả.

Vì sao là tin giả?

Thứ nhất, ống nội soi đút vào miệng chứ không phải vào mũi. Ống nội soi là dụng cụ chỉ dùng một lần, vì lý do ngăn ngừa nhiễm trùng, nên không có chuyện rút từ mũi người này đút vào mũi người khác.

Thứ hai, hình ảnh hai em bé song sinh bụ bẫm trong câu chuyện cổ tích này là hình cắt ra từ ca mổ của một bác sĩ khác.

Thứ ba, nếu là bác sĩ cấp cứu để đặt ống nội khí quản (vào miệng, chứ không vào mũi) thì vị bác sĩ đó sẽ không vào phòng mổ sản phụ được, đây là chuyên khoa của bác sĩ Sản khoa. Còn nếu vị bác sĩ đó là bác sĩ Sản khoa thì cũng không nên đặt ống nội khí quản.

Việc rút ống thở cần phải dựa trên nhiều tiêu chí như tình trạng bệnh, phản xạ thần kinh, các chỉ số sinh tồn, và quan trọng nhất là có sự đồng ý của người thân. Rút ống thở đột ngột có thể hiểu là gây chết người.

Cuối cùng, bài viết không có tên bệnh viện nào cả. Vì nếu câu chuyện này có thật thì rất nhiều người đã biết và xác nhận.

Đại dịch Covid-19 đã để lại đau thương với nhiều gia đình.

Giữa những nỗi đau tột cùng đó, những câu chuyện hy sinh cao đẹp (như vị mục sư lớn tuổi bên Ý nhường máy thở cho người trẻ hơn) làm cho nỗi đau Covid-19 nguôi ngoai, khiến chúng ta gần nhau và quý trọng cuộc sống này hơn.

Nhưng...

Sao lại có những người nỡ lòng đi lừa gạt niềm tin, vốn đã mong manh trong đại dịch Covid-19 bằng những câu chuyện giả tạo? Họ không cần phải tạo câu chuyện giả, chỉ cần vào bất kỳ bệnh viện nào, theo dõi một ngày của nhân viên y tế, và viết một câu chuyện thật.

Câu chuyện thật đó cũng sẽ đẹp, thậm chí còn đẹp hơn câu chuyện giả kia, vì tôi biết rằng các đồng nghiệp của tôi bên Việt Nam phải ngày đêm hy sinh, lựa chọn giữa bệnh nhân và người thân, vắt kiệt hết sức mình.

Cái họ cần là sự cảm thông, chia sẻ, giúp đỡ thật sự, chứ không cần những câu chuyện giả tạo.

Chuyện mạo nhận

Hôm kia, một người bạn gọi điện báo tôi biết là có người trên Facebook tự nhận là người quen của tôi và bình luận trên trang cá nhân làm phiền chị. Cách đây vài tuần, cũng có người bạn khác của tôi nhắn tin bảo là có người nào đó nhận là người quen của tôi hỏi mượn tiền.

Những kiểu mạo nhận này làm ảnh hưởng đến hình ảnh của tôi và tổn thương đến những người bạn và *fan* thật của tôi. Tôi viết bài này để chỉ ra những thủ đoạn và mánh khóe của những người này để quý vị nhận diện và tránh phải trường hợp tương tự.

Đầu tiên, tôi dùng Facebook nhằm mục đích chuyên nghiệp là cung cấp kiến thức giáo dục y khoa. Vì vậy, cả hai trang Facebook (Trang cá nhân Huynh Wynn Tran MD và Dr Wynn Tran) đều viết bài theo hướng này. Tôi không nhắn tin tư vấn sức khỏe online, không bán hàng, không quảng cáo, càng không nhắn tin làm quen, gạ gẫm, hay nói chuyện riêng.

Facebook của tôi tắt chế độ kết bạn và những người đã kết bạn trên trang của tôi thường là những người tôi đã gặp và nói chuyện ngoài đời. Tôi chú trọng vào thế giới thật bên ngoài hơn là thế giới ảo mạng xã hội.

Có nhiều người tạo ra hàng chục, thậm chí hàng trăm *account* Facebook giả, sau đó hàng trăm *account* này hùa vào đăng bài, bình luận hay *report* (báo cáo) vào một *account* ai đó trên Facebook để tấn công, nhằm tạo ra ảo giác là có nhiều người đang bình luận giống mình.

Thật ra, hàng trăm bình luận, hàng chục *likes* này chỉ từ một người. Chưa hết, *account* này chưa chắc đúng là người hay giới tính chúng ta nhìn trong hình đại diện. Hình một cô gái trẻ trên Facebook, đằng sau có thể là một chàng trai hay một ai khác. Nhấp vào *account* giả, quý vị sẽ thấy không có bài viết hay hình ảnh cá nhân mà toàn hình cóp nhặt từ người khác, bài chia sẻ lại, hoặc cây hoa lá cành.

Một tình huống khác là một số người giả mạo lấy hình ảnh tôi rồi đi tán tỉnh những cô gái khác, gây hiểu lầm. Có một lần, tôi đang khám bệnh thì một cô gái gọi điện thẳng từ Việt Nam vào văn phòng nằng nặc phải gặp bác sĩ Wynn.

Khi tôi nhấc máy nghe, cô nói rằng cô đang nhắn tin nói chuyện với người đang dùng hình ảnh của tôi, kêu cô gái "gửi hình" và "hứa sẽ về Việt Nam thăm em". Cô này hơi ngạc nhiên vì nhớ giờ này tôi đang khám bệnh bên Mỹ. Vừa nói chuyện điện thoại với tôi, cô gái từ Việt Nam biết ngay người kia là giả mạo vì giọng nói cũng khác giọng thật của tôi và tôi chưa bao giờ nhắn tin nói chuyện với cô ấy.

Tôi để chế độ tự do bình luận trên Facebook vì tôi tôn trọng các *fan* của mình, vì muốn được quý vị góp ý. Nhưng nếu tình trạng này kéo dài, nghĩa là có bình luận tự nhận quen biết tôi, rồi quảng cáo, hay nhắn tin xúc phạm người khác, tôi buộc sẽ phải tắt bình luận. Hy vọng quý vị giúp tôi cảnh giác và *report* các *nick* này để Facebook và *group* chúng ta vui vẻ và khỏe mạnh.

Lần cuối bác sĩ đi nghỉ dưỡng là khi nào?

Khám xong ca bệnh cuối ngày, tôi chuẩn bị đứng lên thì cô bệnh nhân ung thư níu tay tôi lại hỏi:

- Lần cuối con đi nghỉ dưỡng là khi nào?

Tôi chợt khựng lại và trong khoảnh khắc ngắn ngủi, tự nhiên thấy quý cô bệnh nhân hay đến khám bệnh này hơn.

- Sao cô hỏi con vậy?

- Cô thấy con dạo này nhìn ốm và mệt hơn xưa.

Tôi suy nghĩ một lát rồi nói:

- Dạ. Từ lúc trước khi có dịch Covid-19 đến giờ, con chưa nghỉ làm ngày nào cả.

Tôi nhẩm tính chắc cũng gần hai năm, kể từ lúc tôi cho phép mình nghỉ lễ hai tuần.

Physician Burnout, tình trạng bác sĩ bị kiệt sức không còn là khái niệm mới trong ngành Y. Tuy tạm dịch *burn out* là kiệt sức, nhưng từ này vẫn chưa thể hiện được hết sự mệt mỏi kéo dài trong tâm lý ngoài mệt mỏi về thể xác.

Ngành Y là một ngành đặc thù, sự mệt mỏi không chỉ thể hiện bên ngoài mà còn ở bên trong tâm hồn, khi những áp lực và nỗi lo cứ liên tục dấy lên. Và trớ trêu thay, đôi khi chính bác sĩ là người hơn ai hết không được chăm sóc sức khỏe.

Trước khi đại dịch Covid-19 xảy ra năm 2020, ước tính có khoảng 42% bác sĩ tại Mỹ bị kiệt sức. Con số này giảm từ 46% những năm trước. So với một chuyên gia, số ngày nghỉ dưỡng hằng năm của một bác sĩ càng ít hơn.

Những thống kê gần đây cho thấy khoảng 50% bác sĩ tại Mỹ bị *burn out* do làm việc quá tải và không hề nghỉ ngơi trong đại dịch Covid-19. Đau buồn hơn, đã có nhiều bác sĩ và điều dưỡng tự tử do trầm cảm và kiệt sức trong đại dịch này.

Gần đây, tôi bắt đầu đi nghỉ ngắn cuối tuần và dự định sẽ đi nghỉ dưỡng trong thời gian tới.

Sau khi tiễn cô bệnh nhân ra về, tôi ngồi lại một mình trong văn phòng, suy nghĩ về câu hỏi thăm của cô. Đúng là tôi, và tất cả những bác sĩ khác, cần một kỳ nghỉ dưỡng.

Nhưng, chỉ một câu hỏi quan tâm ngắn của bệnh nhân mà tôi đã thấy những mệt mỏi cả năm nay của mình như tan biến. Và tôi cũng học ở cô bệnh nhân này một điều rằng tôi sẽ hỏi những bệnh nhân hay bác sĩ đồng nghiệp khác câu hỏi:

- Lần cuối quý vị đi nghỉ dưỡng là khi nào?

Cà phê Houston: Chút châu Âu giữa lòng Texas

Sáng Chủ nhật, vừa ra khỏi nhà thì mây đen từ đâu đã ùn ùn kéo tới. Tôi vừa lên xe thì mưa Houston đổ xối xả. Xe chạy chậm rãi trên xa lộ 69, hai bên đường chỉ còn là những vạt xanh mờ ảo qua màn nước đổ xuống kính.

Quán cà phê Empire nằm ở phía Tây khu downtown Houston, giữa những tán cây cổ thụ. Downtown Houston trải rộng, thông thoáng với nhiều cây xanh, khác hẳn với downtown Los Angeles chỗ tôi ở, chật chội với những tòa nhà cao ngất phải mỏi cổ mỗi lần ngước nhìn. Quán cà phê ăn sáng theo phong cách châu Âu với trứng chiên, thịt xông khói, cá hồi, khoai tây chiên, và bánh waffle. Tôi chọn cho mình món trứng chiên, khoai tây nướng, cá hồi xông khói, và cà phê.

Trời Houston lại mưa, nhưng nhẹ hơn.

Thỉnh thoảng vài chiếc xe lao nhanh ngoài đường, làm vũng nước bắn tung tóe vào gần chỗ tôi. Không khí mát mẻ, thoáng đãng sau cơn mưa phùn làm tôi nhớ đến những buổi sáng cà phê ở khu Soho, London. Cũng mưa phùn nhẹ, trời thoáng mát, và những tán cây cổ thụ.

Nhưng hôm nay cà phê Houston ngọt và ngon hơn vì bên cạnh món trứng thơm, khoai tây giòn, thịt cá hồi béo ngậy, thì những câu chuyện tán gẫu giữa tôi và nhóm bạn gần ba năm chưa gặp làm vị cà phê thêm đậm đà.

Bạn tôi, như những bác sĩ và nha sĩ trẻ khác tại Mỹ, tất bật với cuộc sống mở phòng mạch sau khi xong nội trú và *fellowship*, nên ít có dịp ra ngoài.

Cuộc sống là một vòng luẩn quẩn từ công việc, gia đình, đến xã hội, khiến chúng ta ít có dịp suy ngẫm về bản thân, về cuộc sống.

Ngày Memorial Day – Lễ tưởng niệm chiến sĩ trận vong, tôi nhâm nhi cà phê, thầm cảm ơn những người lính Hoa Kỳ đã nằm xuống cho chúng ta có cuộc sống yên bình hôm nay.

Cảm ơn Houston bởi những phút ngắn ngủi trở lại năm xưa.

Nhà ở Texas

Buổi sáng thức dậy, tôi bước ra ngoài sân, hít chút không khí Texas vào phổi, cảm nhận ngay cái nóng ẩm hừng hực dù đã có cơn mưa tối qua.

Nhìn quanh chỗ nhà bạn tôi, tôi nhận ra khu này mới xây, và căn nào căn nấy đều rất hoành tráng. Những căn nhà xây mới này giá khoảng 450.000-500.000 đô, diện tích sàn trên 3.000 SF, nhà hai tầng, trần cao, sàn gạch, và sân vườn rộng.

Tôi nhớ lại giá bán nhà gần khu tôi ở, một căn nhà ọp ẹp một tầng cũ rích đã trên 800.000 đô, diện tích sàn vỏn vẹn có 1.500 SF, mà thiên hạ tranh nhau mua ào ào. Tuy nhà Texas rẻ hơn nhiều so với California, ước tính thuế nhà đất hằng năm tại Texas lại cao hơn, 3% so với 1,5% tại California.

Nhiều người từ California dọn qua Texas gần đây một phần do giá nhà California quá mắc. Do dân số giảm, năm nay, California mất một ghế (còn 52) đại diện tại Hạ Viện và Texas có thêm hai ghế (tăng lên 38) do dân số tăng (số liệu năm 2021).

Điểm thú vị là tuy có khoảng 80.000 người California dọn qua Texas hằng năm trong khoảng năm 2018-2019, vẫn có khoảng 40.000 người từ Texas dọn qua California, theo thống kê từ Đại học Rice.

Texas là tiểu bang đông người Việt thứ ba tại Mỹ (sau California và Washington), khoảng 200.000 người, tập trung đông nhất ở thành phố Houston khu Bellaire và Chinatown Houston. Nơi đây, có cà phê, những tiệm phở mở cửa đến hai giờ sáng, và có tất cả những món ngon của người Việt như ở quận Cam, California.

Houston mưa nhiều, hầu như mỗi tháng, cảnh vật xanh tươi trong trẻo, càng tươi hơn sau mỗi cơn mưa...

NASA và chuyên khoa Y học Không gian (Aerospace Medicine)

Khi một phi hành gia NASA cảm giác đau bụng buồn nôn, họ vẫn cần bác sĩ tư vấn, nhưng không phải bác sĩ gia đình hay bác sĩ chuyên khoa Tiêu hóa mà là bác sĩ chuyên khoa Y học Không gian (*Aerospace medicine speacialist*).

Trong trạng thái phi trọng lực và di chuyển trong không gian với tốc độ nhanh, sinh lý và sức khỏe con người thay đổi khác hẳn khi ở trên mặt đất.

Các phi công và phi hành gia cần có một bác sĩ chuyên khoa đặc biệt để chữa trị các bệnh và rối loạn nếu họ chẳng may mắc phải. Vì vậy, chuyên khoa Y học Không gian ra đời từ những năm 1930, phát triển mạnh vào những năm

1960, có chương trình đào tạo nội trú chuyên khoa, và chuyển thành bậc nghiên cứu sinh những năm 2000.

Hiện nay, có năm chương trình nội trú và nghiên cứu sinh đào tạo chuyên ngành Y học Không gian tại Mỹ, trong đó nổi bật nhất là chương trình của University of Texas Medical Branch Galveston và Mayo Clinic. Các chương trình này có sự nối kết với NASA. Các bác sĩ vào chương trình thường đã hoàn thành xong bác sĩ nội trú về nội khoa hay chuyên khoa cấp cứu.

Quý vị có thể cho con em mình tìm hiểu thêm nếu có hứng thú về chuyên ngành này trong tương lai.

California lại tăng thuế

Một trong những tiểu bang sưu cao thuế nặng nhất nước Mỹ, California, sẽ tăng thêm thuế khi mua đồ tiêu dùng (*sale tax*) kể từ tuần sau, ngày 1 tháng 4 (2021), tùy vào thành phố.

Ví dụ như thành phố Bell Gardens, Lancaster vùng Los Angeles thuế hiện tại từ 9,5% tăng lên 10,25%, hay thành phố Commerce từ 10% lên 10,25%, thành phố Milpitas (vùng San Jose) từ 9,0 lên 9,25% (1).

Luật tăng thuế này đến từ sự chấp thuận cuộc bầu cử tháng Mười một năm ngoái. Một trong những chiêu trò chính trị ở California để tăng thuế là dựa vào các ồn ào chính trị (như bầu cử tổng thống Mỹ năm ngoái) sau đó khéo léo lồng các dự định tăng thuế.

Bầu cử qua đi nhưng tăng thuế là mãi mãi.

Năm nào California cũng có dự luật tăng thuế, nhưng không phải lúc nào cũng thành công. Năm ngoái, dự luật nổi tiếng Proposition 13 đề nghị tăng ngưỡng thuế trên 2% với tài sản địa ốc thất bại. Nếu dự luật này thành công thì tiền thuế đất hằng năm (đã cao do giá nhà quá cao) của người dân ở California sẽ còn tăng nữa.

Ngoài ra:

 # California đang tính tăng thuế lên người thu nhập cao để lấy tiền chi vào chương trình cho người vô gia cư.

Dự luật AB-71 (Assembly Bill-71) do các dân biểu đảng Dân chủ đưa ra đang thảo luận tại Sacramento đề nghị tăng thuế thu nhập cho cá nhân (thuế Cali đã thuộc dạng cao nhất nước Mỹ) cho người thu nhập trên 1 triệu/năm. Dự luật này đang tạo ra tranh cãi mạnh mẽ do "khuyến khích người giàu" rời bỏ California.

Dự luật AB-71 được xem là bản sao thu nhỏ của dự luật AB-2088 đánh thuế 0,4% cho người có tổng tài sản trên 30 triệu đã từng và đang ở California (ít nhất 60 ngày) trong vòng 10 năm qua. Dự luật AB-1253 đề nghị tăng ngưỡng thuế thu nhập cá nhân 13,3% (đã cao nhất nước Mỹ) lên 16,8%. Đó là chưa kể thuế thu nhập liên bang.

 # Khi đi bầu, hãy chú ý vào dân cử ở địa phương, vì đó là đối tượng sẽ có ảnh hưởng đến cuộc sống quý vị.

Trước kia mỗi lần đi bầu cử, tôi ít chú ý vào ai đang tranh cử hay làm gì tại nơi tôi ở. Tôi chủ yếu nhìn vào bầu cử tổng thống hay thống đốc.

Sau này tôi nhận ra lá phiếu của mình cho các vị trí dân cử địa phương là cực kỳ quan trọng, vì các vị dân biểu này sẽ là người đại diện tôi tại Quốc hội tiểu bang để đề xuất (hay bác bỏ) các luật (thuế) vô lý.

Các dân biểu địa phương khác như thị trưởng, hội đồng giáo dục, càng có ảnh hưởng đến chính sách của nơi tôi đang sống. Vì vậy, sau này tôi sẽ đọc kỹ hơn về các dân biểu và tìm chọn lựa người phù hợp.

Nhìn lại cách California tăng thuế, tôi lại nhớ đến một câu nói nổi tiếng *"Đừng nghe những gì các chính trị gia nói, hãy nhìn vào những gì họ làm"*.

Match Day
– *Niềm vui vỡ òa*

Sáng thứ Hai của tuần thứ ba tháng Ba, tôi nhâm nhi cà phê chờ tin nhắn từ các sinh viên, hoặc bác sĩ thông báo kết quả của chương trình bác sĩ nội trú năm nay.

Hôm nay tôi nhận được khá nhiều tin vui từ các em, bác sĩ học Y tại Việt Nam lẫn tại Mỹ. Nộp đơn nội trú chuyên khoa là quá trình cam go để bước vào giai đoạn đào tạo quan trọng nhất của việc học Y: Trở thành bác sĩ nội trú.

Con đường nộp đơn vào bác sĩ nội trú tại Mỹ của bác sĩ học Y từ Việt Nam là một trong những con đường cực khổ, gian nan, và vinh dự nhất.

Khó có thể kể hết những mất mát, buồn chán, tốn tiền, cô đơn, thất vọng, và trên hết là nỗi nhớ gia đình, người thân cách xa vạn dặm. Có những bạn nữ hằng đêm khóc thầm lo cho mẹ bệnh nặng tại Việt Nam sau khi đọc đến sưng mắt chồng sách Kaplan, có những bạn nam hai bàn tay viêm rát do làm thêm chạy bàn buổi tối ngoài trời mùa đông để có thêm chút tiền mặt nộp đơn nội trú.

Rồi những năm sắp tới, các bạn sẽ phải làm việc còn cực hơn nữa vì có nhiều kiến thức mới phải học bên cạnh kiến thức chuyên môn. Các bạn sẽ có thêm những đêm khóc thầm tủi hổ vì bị ăn hiếp, bị bệnh nhân rầy rà, bị điều dưỡng la, và bị sếp hoặc bác sĩ nội trú năm trên khiển trách. Các bạn sẽ khóc vì nghĩ đến bệnh nhân đã mất và các bạn sẽ nhận ra làm bác sĩ không dễ tí nào. Các bạn sẽ nhận ra mình chưa biết gì cả và sẽ càng phải học nhiều hơn để trở thành bác sĩ tốt hơn. Các bạn cũng sẽ vui, nhảy lên ăn mừng khi nhận tấm *check* lương bác sĩ nội trú đầu tiên mà chưa biết làm gì vì không có thời gian đi ăn bên ngoài. Các bạn sẽ ngủ nhiều trong bệnh viện hơn là ở nhà.

Sau khi qua được giai đoạn nội trú, con đường phía trước của các bạn sẽ nở hoa. Các bạn sẽ cười tươi khi nhìn hợp đồng mức lương 250-300.000 đô mỗi năm, sẽ có cơ hội có thẻ xanh để ở lại Mỹ, và có thể quên hết những ngày cực khổ đã qua.

Trong hàng trăm hồ sơ của bác sĩ từ Việt Nam nộp vào nội trú Hoa Kỳ hằng năm, chỉ có vài người đến vài chục người được nhận. Vì vậy, bên cạnh những niềm vui vỡ oà hôm nay, còn rất nhiều nỗi buồn, nỗi thất vọng lặng lẽ của nhiều bác sĩ từ Việt Nam bị từ chối vào nội trú. Những bạn này không biết sẽ làm gì những ngày kế tiếp vì biết bao công sức, tiền của, cố gắng, và quan trọng nhất là niềm tin của mình bị tổn thương.

Vào ngày này, tôi cũng muốn chia sẻ với các bạn không may mắn rằng nếu không vào được nội trú Mỹ, các bạn vẫn còn nhiều con đường khác, chỉ cần các bạn có ý chí như học làm nghiên cứu sinh, làm thông dịch viên, trợ lý bác sĩ,... Đừng bỏ cuộc, hãy tin vào khả năng của mình.

Cảm ơn các bác sĩ Minh Do, Dinh-Van Nguyen, Sarah Trinh của VietMD đã đồng hành cùng tôi phỏng vấn, giúp đỡ và góp ý cho các sinh viên, bác sĩ để được vào nội trú Mỹ.

Tìm cảm hứng trong viết lách

Như nhiều quý vị, tôi thường viết tùy vào cảm xúc. Nhưng không phải lúc nào tôi cũng có cảm xúc và không phải lúc nào cũng có thể viết được. Dưới đây là vài kinh nghiệm tôi đang học để viết lách tốt hơn.

1. Viết về những gì mình biết, nhưng nhớ người đọc là người ngoài ngành

Ai cũng có một thế mạnh, một chuyên khoa, một ngành nghề. Cái khó là viết ra để người ngoài ngành đọc hiểu. Tôi viết các bài về sức khỏe, khi đọc lại, tôi muốn chắc rằng một anh lái xe sẽ hiểu những gì tôi viết.

2. Viết về những khoảnh khắc

Cuộc sống, xét cho cùng, là kết nối những lắng đọng từ những khoảnh khắc. Chuyện tình

Titanic lóe sáng lúc Jack và Rose chia tay nhau trong hỗn loạn, khi Rose ngồi trên chiếc xuồng cấp cứu từ từ hạ xuống, Jack ở lại trên tàu. Trong cảnh pháo hiệu sáng lòa, mọi người tranh giành la ó, sóng biển lạnh lùng rầm rì giận dữ, nhưng Jack và Rose vẫn nhìn nhau, ánh mắt không rời, cho đến chiếc xuồng Rose đáp xuống biển. Đó là khoảnh khắc.

3. Viết về cuộc sống xung quanh

Mỗi ngày, chúng ta trải qua rất nhiều hoạt động, tiếp xúc, đi đứng, làm việc, đi chơi, xem phim... Nhìn cuộc sống xung quanh, tôi nhận ra nhiều điểm thú vị, và tôi viết.

4. Tập viết thường xuyên

Đây là điểm quan trọng nhất. Viết lách cũng như tập võ. Mỗi ngày viết một chút sẽ giúp tôi viết tốt hơn. Tôi hay viết nháp ở trong Journal của mình, có khi chỉ phác vài ý, có khi viết liên tục cả câu chuyện giữa đêm khuya (như bài *Trứng nhãn*).

Cảm ơn nhiều quý vị đã dành lời khen cho sách, các bài tản văn, và truyện ngắn tôi viết.

Tôi là dân chuyên Toán, chưa bao giờ học sâu về Văn. Hồi xưa đi học làm bài văn được năm điểm là mừng lắm rồi.

Sáng cuối tuần ngồi trong vườn, nhâm nhi ly trà, ăn trái cây, tôi bèn nổi hứng viết vài dòng chia sẻ.

Chúc mọi người cuối tuần an lành.

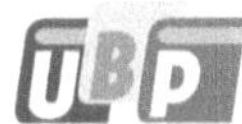

NHÀ XUẤT BẢN LIÊN PHẬT HỘI

UNITED BUDDHIST PUBLISHER (UBP)

Westminster - California - USA

Tel: +1 (714) 889-0911

Email: publisher@pgvn.org

Website: www.unitedbuddhist.org /

lienphathoi.org

NGẮN

tản văn

Bác sĩ Huỳnh Wynn Trần

Xuất bản lần thứ nhất tại Hoa Kỳ năm 2024

Phát hành trên hệ thống POD toàn cầu
theo thỏa thuận giữa Tác giả và NXB Liên Phật Hội